# ചെറുമന്റെ പാട്ട്

**Cherumante pattu**
Poems

Arunkumar Annoor

CHINTHA PUBLISHERS
Thiruvananthapuram



*First Edition*
May 2023

*Published*
Chintha Publishers, Thiruvananthapuram

*Typesetting*
Star Communications, Thiruvananthapuram

*Cover Design*
Vinod Mangoes

ISBN : 978-93-94753-92-1

CO - 3294 / 6555

Email: chinthapublishers@gmail. com
Website: www. chinthapublishers. com

A version is available at National Libraries
Kolkata, Mumbai, Chennai and Delhi

***Distribution***
**DESHABHIMANI BOOKHOUSE**
H O Thiruvananthapuram 695035

***Branch***
Head Office Kunnukuzhi • Statue Thiruvananthapuram
KSRTC Bus Terminal Thampanoor • Saphalyam Complex Thiruvananthapuram
KSRTC Bus Station Alappuzha • KSRTC Bus Station Ernakulam
Machingal Lane Thrissur • IG Road Kozhikode
Mavoor Road Kozhikode • NGO Union Building Kannur
Central Bus Terminal Complex Thavakkara Kannur

# ചെറുമന്റെ പാട്ട്

അരുൺകുമാർ അന്നൂർ

ചിന്ത പബ്ലിഷേഴ്സ്
തിരുവനന്തപുരം-695 035

## അരുൺകുമാർ അന്നൂർ

1985 ൽ കൊട്ടാരക്കരയ്ക്കടുത്ത് അന്നൂരിൽ ജനനം. കേരളാ യൂണിവേഴ്സിറ്റിയിൽനിന്ന് ഇംഗ്ലീഷ് സാഹിത്യത്തിൽ ബിരുദം. ട്രഷറി വകുപ്പിൽ ഉദ്യോഗം.

അച്ഛൻ : ഹരിദാസൻ നായർ, അമ്മ : ലീലാമണിയമ്മ.

**കൃതികൾ** : *വാക്കുകളുടെ പുസ്തകം, ദൈവദൂഷകൻ തന്റെ ജനത്തോട് പറയുന്നത്, മാഞ്ചോട്ടിലിരുന്നൊരു കഥ ചൊല്ലാൻ വിളിച്ചപ്പോൾ, എന്റെ വെളിപാടു പുസ്തകത്തിൽ നിന്ന്, കവിതകൾ (2005–2015), കലിനളൻ* (കവിതാസമാഹാരങ്ങൾ), *മാനവികതയുടെ മാനിഫെസ്റ്റോ, ജ്ഞാനബോധിയുടെ സുഭാഷിതങ്ങൾ* (ദർശനം), *കഥകളുടെ പെട്ടകം* (കഥാസമാഹാരം), *കുട്ടിക്കാലം ഡോട്ട് കോം, പള്ളിക്കൂടപ്പാട്ടുകൾ* (ബാലസാഹിത്യം), *നീയേ പ്രണയമേ* (ചവറ കെ എസ് പിള്ളയുടെ പ്രണയകവിതകൾ) (എഡിറ്റർ)

**പുരസ്കാരങ്ങൾ** : ഒ എൻ വി യുവസാഹിത്യ പുരസ്കാരവും (2021) പ്രഥമ ഡി വിനയചന്ദ്രൻ പുരസ്കാരവും (2019) *കലിനളൻ* എന്ന കവിതാസമാഹാരത്തിന് ലഭിച്ചു. 2012 ലെ അക്ഷയദീപ പുരസ്കാരം *ദൈവദൂഷകൻ തന്റെ ജനത്തോടു പറയുന്നത്* എന്ന കൃതിക്ക് ലഭിച്ചു. കേരള സെക്രട്ടേറിയറ്റ് എംപ്ലോയീസ് അസോസിയേഷന്റെ സുരേന്ദ്രൻ സ്മാരക പുരസ്കാരം 2012 ൽ *മഴയിൽ മട്ടാഞ്ചേരിത്തെരുവിൽ* എന്ന കവിതയ്ക്ക് ലഭിച്ചു.

ഭാര്യ : ആതിര

മക്കൾ : മൈത്രേയൻ, ചിന്മയ

വിലാസം : അനുപ് ഭവൻ

അന്നൂർ, അമ്പലത്തുംകാല പി ഒ

കൊല്ലം ജില്ല, പിൻ – 691 505

ഫോൺ : 8848643810, 9645094001

# ഉള്ളടക്കം

# പ്രസാധകക്കുറിപ്പ്

**മ**ലയാള കവിത അതിന്റെ പാരമ്പര്യ ബോധങ്ങളിൽനിന്ന് മാറി നടക്കുന്ന ഒരു ഘട്ടമാണിത്. സ്ത്രീകളും ദളിതരും പരിസ്ഥിതിയും ആദിവാസികളും ട്രാൻസ്ജെൻഡറുകളും ഗേ/ലെസ്ബിയനുകളും എല്ലാംതന്നെ മുഖ്യധാരയിലേക്ക് കടന്നുവന്നുകൊണ്ടിരിക്കുന്നു. അത്തരം അനുഭവങ്ങളെ അടയാളപ്പെടുത്തുന്ന നിലയിലേക്ക് മലയാള കവിത രാഷ്ട്രീയമായിത്തന്നെ മുന്നേറിക്കൊണ്ടിരിക്കുന്നു. ആ ഒരു നിരയിലാണ് അരുൺകുമാർ അന്നൂരിന്റെ ചെറുമന്റെ പാട്ട് എന്ന കവിതാ സമാഹാരം നിലകൊള്ളുന്നത്. സത്യാനന്തര കാലത്തെ സംഭവവികാസങ്ങളെ പരിഹാസത്തോടെ നോക്കിക്കാണുന്ന കവിതകളാണ് ഈ സമാഹാരത്തെ ശ്രദ്ധേയമാക്കി മാറ്റുന്നത്. വായനയുടെ വേറിട്ട അനുഭവം പ്രദാനം ചെയ്യുവാൻ പര്യാപ്തമായ കൃതി.

**ചിന്ത പബ്ലിഷേഴ്സ്**

# ആമുഖം

**ക**വിത, കവിയുടെ യാത്രാവിവരണമാണ്. അതുതന്നെയാണ് അയാളുടെ ആത്മകഥയും. ജീവിതത്തിൽ പ്രഫുല്ലമാക്കാൻ കഴിയാത്ത മുകുളങ്ങളെ അയാൾ കവിതയിലേക്ക് വിടർത്തുന്നു. ജീവിതത്തിൽ അവ വിടർന്നിരുന്നെങ്കിൽ ചൊരിയുമായിരുന്ന പ്രഭയേക്കാൾ ഉജ്ജ്വലമായ വെളിച്ചം കവിതയിൽ അവ പടർത്തുന്നു.

കവിത ലോക പര്യവേക്ഷണിയാകുമ്പോൾത്തന്നെ പുറംലോകത്തെ അതൃപ്തികളോടുള്ള കലഹം കൂടിയാണ്. സൗന്ദര്യാനുഭൂതിയുടെ വാഗ്ദത്തഭൂമിയിലേക്ക് നയിക്കുമ്പോൾത്തന്നെ പ്രബോധനത്തിലൂടെയും പ്രഘോഷണത്തിലൂടെയും സഹൃദയനെ ഉദ്ബോധിപ്പിക്കുന്ന മാധ്യമം കൂടിയാണ്. സങ്കല്പങ്ങളെ എഴുതുന്നതു മാത്രമല്ല എഴുത്ത്. എഴുത്തുകാരൻ തൂലിക ചലിപ്പിക്കുമ്പോൾ പുതിയ സങ്കല്പങ്ങൾ പിറക്കുന്നു. മറ്റാർക്കും തൊടാനാകാത്ത ഒരു മൗനത്തെ വാക്കിന്റെ വെൺതൂവലാൽ കവി തൊടുമ്പോൾ അവിടെ പുതിയ ആകാശമുണ്ടാകുന്നു. ആ ആകാശത്തിനു കീഴിൽ പുതിയ വ്യവസ്ഥ പിറക്കുന്നു. പുതിയ ലോകക്രമങ്ങളും ദൈവങ്ങളുമുണ്ടാകുന്നു. സാഹിത്യം ലോകത്തിനുള്ളിൽ മറ്റ് ലോകങ്ങളെ സൃഷ്ടിക്കുന്നു. ഈ ലോകം നിലനില്ക്കുന്നത് തന്നെ അക്ഷരങ്ങളിലാണ്. നിയമഗ്രന്ഥങ്ങൾ, മതഗ്രന്ഥങ്ങൾ, കഥകൾ, ഇതിഹാസങ്ങൾ, പാട്ടുകൾ, വർത്തമാനങ്ങൾ എല്ലാം അക്ഷരങ്ങളുടെ വാഹനങ്ങളാണ്.

മനുഷ്യനെ മനുഷ്യനാക്കുന്ന മഹാമനസ്സു തന്നെ കവിത. പ്രപഞ്ചത്തെപ്പോലെ അത് നിരന്തരം വികസിക്കുന്നു. എഴുത്തുകാരന്റെയും വായനക്കാരന്റെയും മാനസിക വലുപ്പത്തിനാനുപാതികമായി അത് വളരുന്നു. അവിടെ നക്ഷത്രങ്ങളും മിന്നാമിനുങ്ങുകളും ജാതിഭേദമില്ലാതെ കഴിയുന്നു. വന്മരങ്ങളും ഇളംപുല്ലുകളും മതദ്വേഷമില്ലാതെ വാഴുന്നു. സമത്വത്തിന്റെ

സുവർണ്ണഭാസുരത കവിതയിൽ പൊട്ടിവിടരുന്നു. കേവല സംഭാഷണങ്ങളെ അത് തൊടുമ്പോൾ പൊടുന്നനെ അവിടെ വിശുദ്ധിയുടെ സംഗീതമുണരുന്നു. അലോസരങ്ങളിൽനിന്നും അസംതൃപ്തികളിൽനിന്നും അത് ആനന്ദത്തെയും സർഗ്ഗോന്മാദത്തെയും അരിച്ചെടുക്കുന്നു. കവിത ഒരേ സമയം പ്രാപഞ്ചികാനുഭൂതിയുടെ നേർക്കുള്ള വിനയപ്പെടലും ജൈവിക ബോധങ്ങളുടെ വികാസപ്പെടലുമാകുന്നു.

ആൾക്കൂട്ടത്തിൽ കവിയെ പെട്ടെന്ന് തിരിച്ചറിയാം. അയാൾ മറ്റാർക്കും പാകമാകാത്ത വേഷം ധരിക്കുന്നു. മറ്റാർക്കും ഉച്ചരിക്കാനാകാത്ത വാക്ക് പ്രഘോഷിക്കുന്നു.

*ചെറുമന്റെ പാട്ട്* എന്ന ഈ പുസ്തകത്തിന് അവതാരികയെഴുതിയ മലയാളത്തിന്റെ പ്രിയകവി പ്രൊഫ. വി മധുസൂദനൻനായർ, പഠനങ്ങളെഴുതിയ പുരോഗമനകലാ സാഹിത്യപ്രസ്ഥാന നായകൻ പ്രൊഫ. വി എൻ മുരളി, കാവ്യവഴിയിലെ ജ്യേഷ്ഠമിത്രം ശ്രീ. മുഖത്തല ശ്രീകുമാർ എന്നീ അക്ഷരബന്ധുക്കൾക്ക് സ്നേഹാദരപൂർവ്വം നന്ദി അറിയിക്കുന്നു.

കാവ്യവഴിയിൽ തണലായ് നില്ക്കുന്ന ശ്രീ. ചവറ കെ എസ് പിള്ള, ശ്രീ. പി കെ ഗോപി, സാംസ്കാരികരംഗത്തെ നിറസാന്നിദ്ധ്യങ്ങളായ ശ്രീ. വിനോദ് വൈശാഖി, പുകസ ദക്ഷിണമേഖലാ സെക്രട്ടറി അഡ്വ. ഡി സുരേഷ്കുമാർ, ഡോ. സി ഉണ്ണിക്കൃഷ്ണൻ, ജ്യേഷ്ഠമിത്രങ്ങൾ ശ്രീ. ബി അനിൽകുമാർ, ശ്രീ. സി ഗാഥ, ശ്രീ. സി എസ് ശ്രീകുമാർ, ശ്രീ. എസ് ഓമനക്കുട്ടൻ, ശ്രീ. വി ആർ അജു, ശ്രീ. ബി പ്രശോഭദാസ്, ശ്രീ. ജെ രതീഷ്കുമാർ, ശ്രീ. ആർ രതീഷ്കുമാർ എന്നിവരെ സ്നേഹത്തോടെ ഓർക്കുന്നു.

സ്നേഹപൂർവ്വം
അരുൺകുമാർ അന്നൂർ

അവതാരിക

# നാളേക്കുവെച്ച വിളപ്പൊലിവിത്തുകൾ

## വി മധുസൂദനൻനായർ

**ഭൂ**മുഖം പൂമുഖമാകുന്നതെപ്പോൾ? അരുൺകുമാർ അന്നൂരിന്റെ ഈ അന്വേഷണസൂചി മനസ്സിനെ ഉടക്കിവലിച്ചെടുത്ത് കാലത്തിന്റെ പിന്നടരുകളിലേക്കു കൊണ്ടുപോകുന്നു. പോയകാലങ്ങളിലൊക്കെ നമ്മുടെ വരണീയരായ കവികൾ, ദാർശനികർ നടത്തിയത് ഈ അന്വേഷണമായിരുന്നില്ലേ? ലോകമെമ്പാടുമുള്ള ഋഷികർമ്മങ്ങളെല്ലാം ആവിധമൊരു പൂമുഖമുണരാൻ വേണ്ടിയായിരുന്നില്ലേ? പുല്ലിനും പുഴുവിനും സമമാണു നീതി എന്നറിയുന്ന വേള-അതിനായിരുന്നല്ലോ വചനതപസ്സുകൾ. വരകവികൾ ഇപ്പോഴും അതു ചെയ്തുകൊണ്ടേയിരിക്കുന്നു. എങ്കിലും അസമത ഏറി വരുന്നു.

ശ്രീ. നാരായണഗുരു സരളഭാഷയിൽ ഒന്നുപദേശിക്കാൻ നോക്കി, ഇങ്ങനെ–

"അവനവനാത്മസുഖത്തിനാചരിക്കു-
ന്നവയപരനു സുഖത്തിനായ് വരേണം"

ഇത് ഇപ്പൊഴും നമുക്ക് ഒട്ടുമേ മനസ്സിലായിട്ടില്ല. ധർമ്മത്തിലൂടെത്തന്നെ അർത്ഥകാമങ്ങൾ നേടാമെന്നിരിക്കേ എന്തിനാണ് മർത്ത്യൻ അധർമ്മത്തിലേക്ക് പിന്നെയും പിന്നെയും പോകുന്നത് എന്ന് ഊർദ്ധ്വബാഹുവായിനിന്ന് കണ്ഠം തുറന്നു വിളിച്ചുചോദിച്ച വേദവ്യാസന്റെ വചനം പിന്നെങ്ങനെ മനസ്സിലാകും? സമത്തിനു വിപരീതമായ വിഷമം ഇന്ന് ലോകപ്രിയമായിരിക്കുന്നു. സദ് വചനങ്ങളെല്ലാം, ഈ കാലത്ത് പ്രകാശവഞ്ചകന്മാരുടെയും പ്രച്ഛന്നവഞ്ചകന്മാരുടെയും പരസ്യവാചകങ്ങൾ മാത്രമാക്കപ്പെട്ടുകൊണ്ടിരിക്കുന്നു.

അപ്പോഴും അമൃതശാന്തി തരുന്നത് അക്ഷരം മാത്രമാണെന്ന് അരുൺകുമാർ അന്നൂരിന്റെ ഈ നിശ്വാസമൊഴികൾ വ്യക്തമാക്കുന്നു. *ഭൂമുഖം പൂമുഖമായിടാം..... മാനസം പൂവനമായിടാം*– എപ്പോൾ? *ശൈത്യവും*

*ഗ്രീഷ്മവുമെല്ലാം ജീവിതത്തിന്റെ* അന്യോന്യാപേക്ഷമായ *ഇഴകളാണ്* എന്ന നേരറിയുമ്പോൾ! *മൃത്യുവിന്റെ വിഷപാത്രങ്ങളെയും അമൃതപാത്രങ്ങളാക്കാൻ മർത്ത്യനു കഴിയുമ്പോൾ! ഏകത്വത്തിന്റെ ബോധതാളത്തിലേക്ക് സ്വയമുണരാനാവുമ്പോൾ!* അതിന് ഓരോ മനസ്സും പൂവനമാകുക തന്നെ വേണം.

ഭൂമിയും ആകാശവുമെല്ലാം നമുക്കു സുന്ദരമാകണമെങ്കിൽ, നാം അവയ്ക്കും സുന്ദരമാകണം. എല്ലാം നമുക്കു സുഖം തരണമെങ്കിൽ നാം അവയ്ക്കും സുഖപ്രദമാകണം. *ഇഥം പൃഥ്വീ സർവേഷാം ഭൂതാനാം മധു* എന്ന ഔപനിഷദമായ മധുസൂക്തം ചെന്നണയുന്നത് *അയമാത്മാ സർവേഷാം ഭൂതാനാം മധു* എന്ന മഹാദർശനത്തിലാണ്; അഥവാ ആത്മബോധത്തിലാണ്. ഈ ബോധത്തിലെത്തിയില്ലെങ്കിൽ എല്ലാ സോഷ്യലിസചിന്തകളും മാനവികതാ സങ്കല്പങ്ങളും അപൂർണ്ണങ്ങളാവും; വിരുദ്ധഫലം നല്കുന്നതാവും.

ആഭിചാരത്തിന്റെ നികുംഭിലയായി നാം തന്നെ മാറ്റിയെടുത്ത മനസ്സിനെ പൂവനമാക്കാനുള്ള യജ്ഞം ഓരോ മനസ്സിലും നടത്താൻ അവതരിക്കുന്ന ഹവനമന്ത്രമാണ് യഥാർത്ഥകവിത. അത്തരം കാവ്യമന്ത്രം ദർശിക്കാൻ കഴിവുള്ളവനെയത്രേ ക്രാന്തദർശനനായ കവി എന്ന് പൊരുളറിഞ്ഞവർ വിളിച്ചത്.

“അയൽക്കാരാ, നിനക്കായ് ഞാനൊരു ഗാനം പകർന്നീടാം” അരുൺകുമാർ പാടാൻ തുടങ്ങുന്നു. ഗാനം ആത്മാനന്ദം മാത്രമല്ല അപരാനന്ദവും അഖിലാനന്ദവും കൂടെയാണല്ലോ. അങ്ങനെ ഈ ഗാനം അന്യോന്യഗാഥയാകുന്നു. സ്വന്തം ശ്വാസംപോലും എല്ലാർക്കും പ്രണയമാധുരിയാകണമെന്നതാവും ഏതു ഉത്തമകവിയുടെയും ആധാരഭാവം. ഭൂമിക്കും ചരാചരജീവനും സൂര്യനും വേണ്ടി ഒരു കവിത വേണം. അരുൺകുമാറിൽ ഈ ആധാരസ്വപ്നമുണ്ട്. ഭൂമിയെയും ചരാചരജീവനെയും സൂര്യനെയും അന്യങ്ങളായിക്കാണാതിരിക്കുന്നവനിലേ ഈ സ്വപ്നം ഉയിരിട്ടുവരൂ. പൂവായി, നിറമായി, മണമായി മാറുന്ന, നാളെയും തണലിന്റെ കുടനീർത്തി നില്ക്കുന്ന മരമായി മാറണം എന്ന അഭിലാഷവും ഇതേ ആധാരത്തിൽനിന്നു മുളച്ചതാണ് (മരമായി മാറണം). സ്നേഹം കൊണ്ടു വീടു പണിയണം എന്നു പറയാൻ കഴിയുന്നയാൾക്കേ “നീ തന്നെ വെട്ടമാകട്ടെ നിനക്കുള്ള തണലു നീ തന്നെയാകട്ടെ!!” (ഇതു തന്നെ ധർമ്മം) എന്ന് ആശംസിക്കാനുമാവൂ. *ഉദ്ധരേദ് ആത്മാനാത്മാനം* എന്നിടത്തോളമെത്തുന്നു ഇതിന്റെ ധ്വനി. *സ്നേഹസാരമിഹ സത്യമേകമാം* എന്ന് പറഞ്ഞുതരാൻ ശ്രമിച്ച കുമാരകവിയുടെ പ്രകാശപ്രാന്തത്തിൽത്തന്നെയാണ് അരുൺകുമാറും വിനീതവാക്കായി വന്നുനില്ക്കുന്നത്.

ഇത് സർവ്വഭൂതാത്മബോധം തന്നെയാണ്. സ്നേഹം തന്നെയാകുന്നു കവിത. സ്വാർത്ഥംഭരയായിത്തീർന്നിരിക്കുന്ന വസുന്ധരയുടെ മാറിൽ അനാഥമലയുന്ന ഒന്നാണല്ലോ ഇന്ന് നിരുപാധികസ്നേഹം. സ്നേഹത്തെ ആത്മാവായും കവിതയായും അനുഭവേന അറിയുകയാലാണ് കവിത

യുടെ കായലും കടലും ആകാശവുമായ ഡി വിനയചന്ദ്രൻ എന്ന പ്രണയ മൂർത്തിയെപ്പറ്റി 'കവിതക്കായൽ' എന്നൊരു കവിത അരുൺകുമാർ എഴുതിയത്. ജീവിതക്കായലിന്റെ നതോന്നതകളിൽ കാല്പനിക വായുവായി ഓളമിളക്കിയ ആ സ്നേഹസഞ്ചാരിയെപ്പറ്റി ഹൃദയത്തിൽ തൊട്ടെഴുതിയ ഈ കവിതയിൽ വിനയചന്ദ്രികാതരംഗം തന്നെയുണ്ട്.

അഷ്ടമുടിക്കായലിന്റെ താളമേഘത്തുടിപ്പിലൊ-
രർദ്ധ ചന്ദ്രക്കല മിന്നിത്തുടിച്ചുപോകെ
മദിപ്പിക്കും സുഗന്ധത്താൽ യക്ഷികളെ വിരുന്നൂട്ടും
ഏഴിലംപാലകളുടെ കനവിനുള്ളിൽ
ഉന്മാദമായൊരു വരിയൂറിവന്നു പുലരിയിൽ
ഇന്ദ്രജാലവിലാസമായതു വിടർന്നു

ഇങ്ങനെയാരംഭിക്കുന്ന കവിതക്കായലിന്റെ വചനവീചികളിൽ തിളക്കങ്ങളൊരുപാടുണ്ട്. വിനയചന്ദ്രന്റെ വിശ്വാത്മീയജീവിതത്തിലൂടെ, സ്നേഹവും കവിതയും എന്താണെന്ന്, എങ്ങനെയാണെന്ന്, എന്തിനാണെന്ന് പറയാമൊഴികളിലൂടെപ്പറയുന്ന ഈ കവിതയിൽ അരുൺകുമാർ എന്ന കവിയുടെ പൂമുഖം വിടരുന്നു. 'കവിതക്കായലിലെ' അവസാനത്തെ രണ്ടുഖണ്ഡങ്ങൾ ആവർത്തിച്ചു പാരായണം ചെയ്യുമ്പോൾ കവിതയുടെ ക്രാന്തവീചീപരമ്പര വാചയിതാവിനും അനുഭവവേദ്യമാകും.

അലഞ്ഞുതിരിയുന്നോർക്ക് കവിതയേ ഗേഹമെന്ന
പൊരുളല്ലോ പാടിത്തന്നു സ്നേഹസുന്ദരൻ
അലസത വിനാശത്തിൻ വാതിലെന്ന വിവേകത്തി-
ലവൻ നിന്നു; ഉത്സാഹത്തിൻ കവിത നീട്ടി
കരുതിക്കൊതിച്ചു ചില വിരുതന്മാർ വിതച്ചൊരു
വിത്തെല്ലാമേ കാകന്മാരോ കവർന്നുപോയീ
അയത്നമായ്, ലളിതമായ് അവൻ നട്ട വിത്തൊക്കെയും
നൂറുമേനി വിളഞ്ഞിതാ സൗവർണ്ണമായീ!

ദൂരെ ദൂരെ വിനാശത്തിൻ പെരിയ കാൽപ്പെരുമാറ്റം
കേൾക്കുന്തോറും നിശ്ചലമാം ഞരമ്പുകളെ
ചോരയേറ്റിത്തുടിപ്പിച്ചു ശ്വാസവേഗം ശരിയാക്കി
പ്രണയവികാരത്താലേ വിശുദ്ധമാക്കി
കവിതയെ വെറുക്കുന്ന, കനവിനെ വെറുക്കുന്ന
സകലജനത്തിനോടുമിങ്ങനെ ചൊല്ലി
ഒരിക്കൽ നാമുലകിതിൽ തനിച്ചാകും നേരത്തെല്ലാം
അക്ഷരമേ കൂട്ടിനുള്ളൂ വാക്ക് ദൈവതം!

സമാനഹൃദയർക്ക് ഇതിന്റെ പൊരുൾ മനസ്സിലാകും. വിനയചന്ദ്ര

നെന്ന വ്യക്തിവിശിഷ്ടനായ കവിയിലൂടെ പ്രണയരൂപമായ കവിമാനസത്തിന്റെ അവധൂതചര്യയിലേക്കും സ്വാർത്ഥപ്രണയമായ നവകാലത്തിന്റെ ഏകാന്തഭീതിയിലേക്കും മർത്ത്യജീവിതത്തിന്റെ അന്തിമമായ അഭയസ്ഥാനം സ്നേഹവും കവിതയുമാകുന്ന മഹാഗേഹമാണെന്ന വിവേകത്തിലേക്കും ഈ കവിത കൊണ്ടെത്തിക്കും.

പ്രത്യഭിജ്ഞയിലേക്കുള്ള വാങ്മയനൗകയായിരിക്കുന്നു ഈ കവിത. അരുൺകുമാറിന്റെ അക്ഷരായനം സഫലമാകുമെന്നതിന്റെ അടയാള വാക്യം കൂടിയാണിത്.

നിസ്സഹായനെങ്കിലും സ്വതന്ത്രനായ കവിത തെരുവു മുറിച്ചുകടക്കുന്ന (ഹിമവാനെപ്പോലെ ഉത്തുംഗനായ കവിത) ഒരവസ്ഥയെ അരുൺകുമാർ സ്വരപ്പെടുത്തിവയ്ക്കുന്നു. കരാളവും സങ്കുലവും ദുരാർത്തിപീഡിതവുമായ സമകാലം കവിതയെ നിസ്സഹായതയിലേക്കെത്തിച്ചിരിക്കുന്നു എന്നത് വളരെ ശരി. പരബ്രഹ്മത്തിനുപോലും പരസ്യം വേണ്ടുന്ന കാലം. കവിതയും കമ്പോളം തിരക്കുന്നു. പലപ്പോഴുമത് വിഭാഗീയതയുടെയും വിദ്വേഷത്തിന്റെയും ഭാഷ പറയുന്നു. ഭാഷ തന്നെ ശിഥിലവും ദുഷ്ടവുമാകുന്നു. ഈ വിനാശാവസ്ഥയിലും, "നിരാശ്രയനെങ്കിലും നിർഭീതനായ കവിത, ഒറ്റയ്ക്കു നില്ക്കുന്നു. ഓരോരുത്തനിലേക്കും ചിറകുവിരിക്കുന്നു. നിലവിളികളിൽ നിന്ന് പുതിയമുദ്രകൾ പിറക്കുമെന്ന ഉറപ്പ് ഒന്നുകൂടി ഓർമ്മിപ്പിക്കും പോലെ." കവിതയുടെ അപ്രതിരോദ്ധ്യതയിലേക്കാണ് കവി നമ്മുടെയും ശ്രദ്ധയെക്കൊണ്ടുപോകുന്നത്.

കവിത എന്ന പുഴ ഒഴുകുന്നതുകൊണ്ടാണ്, കവിത എന്ന മേഘം വർഷിക്കുന്നതുകൊണ്ടാണ് മണ്ണിലിപ്പോഴും ആർദ്രത നിലനില്ക്കുന്നത്, പൂക്കൾ വിടരുന്നത്, തണലുകളുണ്ടാകുന്നത്. മരുഭൂമിയിലുള്ള വികസനങ്ങൾക്കിടയിലും കവിത അന്തഃസരസ്വതിയായി നില്ക്കും. (പുഴ കവിതയാകുന്നതെങ്ങനെ?)

പാരുഷ്യമോ കാലുഷ്യമോ ഇല്ലാതെ സൗമ്യവും ധീരവുമായ ഭാഷയിൽ പറയുകയും പാടുകയുമാണീ കവി. അകത്ത് അനേകം അഗ്നികളുള്ള ഇതളുകളാലാണ് അദ്ദേഹം അനുഭവങ്ങളെയും ദർശനങ്ങളെയും കൊരുക്കുന്നത്. അവയിലൂടെ കടന്നുപോകുമ്പോഴറിയാം എല്ലാം സ്വയമേവാഗതങ്ങളാണെന്ന്, സ്വച്ഛന്ദങ്ങളാണെന്ന്. ബലാദാകൃഷ്യമാർന്നവയല്ല, അതിനാൽത്തന്നെ വിരസയുമല്ല ഈ കവിയുടെ വാക്ക്.

വിണ്ടുകീറുന്ന ഭൂമിയുടെ ഉച്ചിയിൽ നില്ക്കുമ്പോഴും ഭൂതഭൂമിയുടെ ആഴവേരുകൾ തൊട്ടുകൊണ്ടും ആകാശകാലങ്ങളിലേക്ക് കൈകളും കണ്ണുകളും പടർത്തിക്കൊണ്ടും വിളിച്ചുപറയാൻ മുതിരുന്ന സ്വതന്ത്രവചസ്സായ കവിയുടെ രചനകളാണിവ. ജീവിച്ചിരിക്കുന്ന ഒരുവന്റെ ജീവത്തായ മൊഴികൾ. പതിരുകളേക്കാൾ കതിർക്കനമുള്ള ഭാവാക്ഷരങ്ങൾ. നാളേക്കുവെച്ച വിളപ്പൊലിവിത്തുകൾ.

# പ്രവേശിക

**എ**ഴുതിക്കൊണ്ടേയിരിക്കുക; വാഴ്‌വിന്റെ
പുസ്തകം വായിച്ചുകൊണ്ടേയിരിക്കുക
ചലനവേഗമായ്പ്പോകുക; നിശ്ചല-
മലിനരാശിയിൽ വീഴാതുയിർക്കുക!
മരവിപ്പിൻ മൗനം ഭക്ഷിക്കാതിരിക്കുക
വെറും വാക്കിൽ വിശന്നേയിരിക്കുക
മുറിവേറ്റു നോവായ്പ്പതിക്കാതിരിക്കുക!
നറുവെളിച്ചത്തിന്റെ തിരിയായിരിക്കുക!!

# ഭൂമുഖം പൂമുഖമാകുന്നതെപ്പോൾ?

**ഭൂ**മുഖം പൂമുഖമാകുന്നതെപ്പോൾ?

ഇവിടെയൊരു പുല്ലിനും പുഴുവിനും പൂവിനും
സമമാണു നീതിയെന്നറിയുന്ന വേളയിൽ
മനുജന്റെ ആർത്തികൾക്കായല്ല മണ്ണിന്റെ
പുണ്യോദയങ്ങളെന്നോർക്കുന്ന വേളയിൽ

ഭൂമുഖം പൂമുഖമാകുന്നതെപ്പോൾ?

ഒന്നിച്ചു തുഴയുവാൻ വന്നവർ നമ്മുടെ
ഭിന്നിപ്പിന്നർത്ഥമില്ലെന്നറിയുമ്പോൾ
അതിജീവനത്തിന്റെയാരണ്യപാതയിൽ
നാം തനിച്ചല്ലെന്ന നേരുണരുമ്പോൾ

ഭൂമുഖം പൂമുഖമായിടാം

തിങ്കളും താരവും മഞ്ഞും കിനാക്കളും
മഴവില്ലുപാളിയും കല്ലും മരങ്ങളും
മാംസവും രക്തവും ശൈത്യവും ഗ്രീഷ്മവു-
മൊരു ജീവിതത്തിന്റെയിഴകളെന്നറിയവേ

ഭൂമുഖം പൂമുഖമായിടാം

മൃത്യുനീട്ടും കൊടും കാകോളമൊക്കെയും
കോരിക്കുടിച്ചു നാമമൃതമായ് മാറ്റവേ
ഏകത്വമെന്ന ബോധത്തിന്റെ താളത്തിൽ
ലോകത്തിലുണ്മകൾ പുഷ്പിച്ചുണരവേ

ഭൂമുഖം പൂമുഖമായിടാം
മാനസം പൂവനമായിടാം.

# അയൽക്കാരൻ

**അ**യൽക്കാരാ, നിനക്കായ് ഞാ-
നൊരു ഗാനം പകർന്നീടാം
ഒരു നാളും നിലയ്ക്കാത്ത
സ്മരണ തന്നടയാളം
നിൻ ജാതിയെന്തെന്നറിയില്ല
മതമേതെന്നറിയില്ല
സോദരത്വം പകരുന്നോ-
രാൽമരം നീയെനിക്കെന്നും

ഉറങ്ങുമ്പോളുണർച്ചയിൽ
നിന്റെ രൂപക്കൊടിയേറ്റം
ഉണരുമ്പോൾ പുലർച്ചയിൽ
കാതിലോ നിൻ മൊഴിച്ചന്തം
ദുരിതപർവ്വക്കൊടുംചൂടി-
ലുരുകി നാമിരുപേരുമെന്നും
എളിയ സന്തോഷപ്പിറകളി-
ലൊന്നു ചേർന്നൊരു നൃത്തമാടി

പ്രളയമെന്നെ ഗ്രസിച്ചപ്പോൾ
തോണിയായ് നീ രക്ഷയേകി
പട്ടിണിയിൽ വലഞ്ഞപ്പോളി-
റ്റുവറ്റിൻ മനസ്സായി
നിന്റെ ഫലവൃക്ഷത്തലപ്പെന്ന-

രുചികൾക്കും മധുരമേകി
നിൻ വിയർപ്പിൽ വിളഞ്ഞോരു
നെല്ക്കതിരെന്നന്നമായീ

കർഷകാ, നീ കരുതിവയ്ക്കും
പാടമെന്റെ പാഠമായീ
പുസ്തകപ്പുഴു ഞാൻ നിനക്കോ
കവിത നൂറ്റു; കനവു തുന്നി
വാഴ്‌വിലെത്ര ജന്മമിനിയും
നോവുതിന്നാൻ ആയുസ്സുണ്ടാം!
അക്കാലമെല്ലാം നിന്റെ ചാരെ
പാട്ടുപാടാൻ ഞാനുമുണ്ടാം!!

ചിത, കത്തിക്കഴിഞ്ഞാലും
തീരുകില്ലാ ബന്ധങ്ങൾ
ദേഹി വിട്ടു പിരിഞ്ഞാലു-
മകലില്ലാ സൗഹൃദങ്ങൾ!
മാനവത്വമുറപ്പിക്കാൻ
സ്നേഹമെന്നൊരു മന്ത്രമോതാം
സഹജമായ നന്മ നമ്മിൽ
നാളമായിജ്ജ്വലിക്കട്ടെ!!

## വിടർച്ച

ഇളവെയിലിൻ താഴ്‌വരയ്ക്കപ്പുറം
മഴമുകിലിന്റെ വിശുദ്ധമാം നർത്തനം

സന്ധ്യയാകാൻ മടിക്കുന്ന പകലിന്റെ
പ്രേമരോദനം തെന്നും നദീതടം

സൂര്യവിരലുകൾ നീറും സ്മൃതികളാൽ
മണലിലെഴുതുന്നു ഭഗ്നമാം വാക്കുകൾ

കവിതയാകാൻ കൊതിക്കുന്ന വാക്കിനെ
ചിറകിലാക്കിപ്പറക്കുന്നൊരക്ഷരം

പുഴുവിൽനിന്നും പൊടുന്നനേ തുമ്പിയായ്
പിറവിതേടും വിശുദ്ധസഞ്ചാരികൾ

ചെളിയിലൂന്നും കിനാവിന്റെ ശാഖിയിൽ
പതിയെ വിടരുന്നിതഴകിന്റെ പൂവുകൾ

# കവിതക്കായൽ

## (ഡി വിനയചന്ദ്രന്)

**അ**ഷ്ടമുടിക്കായലിന്റെ താളമേഘത്തുടിപ്പിലൊ-
ർദ്ധ ചന്ദ്രക്കല മിന്നിത്തുടിച്ചുപോകെ
മദിപ്പിക്കും സുഗന്ധത്താൽ യക്ഷികളെ വിരുന്നൂട്ടും
ഏഴിലംപാലകളുടെ കനവിനുള്ളിൽ
ഉന്മാദമായൊരു വരിയൂറിവന്നു പുലരിയിൽ
ഇന്ദ്രജാലവിലാസമായതു വിടർന്നു

കല്ലടയ്ക്കു പടിഞ്ഞാറു കല്ലുവച്ച സാഹിത്യത്തിൻ
കരുണയിലഷ്ടമുടിയിഷ്ടമുടിയായ്
അന്തമില്ലാ പ്രപഞ്ചത്തിലക്ഷരമായ് വെളിച്ചമായ്
പ്രഭ നീട്ടും കവിതയെയവൻ വരിച്ചു
അവളുടെയധരങ്ങൾ മൊത്തിമൊത്തിക്കുടിച്ചവ-
നഴകിന്റെ പൈമ്പാലല്ലോ നമുക്കു തന്നു
അവനല്ലോ നിലാവത്ത് കാടിന്നകം കാട്ടിത്തന്നു
അവനല്ലോ കൈരളിക്ക് വിനയമായി

നാട്ടുമൊഴിത്തിളക്കങ്ങൾ, പഴമ്പാട്ടിൻ മധുരങ്ങൾ
ബധിരന്മാരെതിർക്കുന്ന തപ്പുതാളങ്ങൾ
കാലവർഷക്കുതിപ്പുകൾ, നരവംശക്കിതപ്പുകൾ
നശിച്ചിട്ടുമുയിർക്കുന്ന പ്രതിഷേധങ്ങൾ
ഒറ്റയായിപ്പോകും ദുഃഖഹൃദയത്തിൻ വിശപ്പുകൾ
ആരുംകാണാക്കരളിന്റെ നെടുവീർപ്പുകൾ
അവനല്ലോ കടലാസിൽ പകർന്നു ഹാ! മലയാളി-
മലയാളച്ചന്തം കണ്ടു നിർവൃതി കൊണ്ടു!

വീട്ടിലല്ല, നാട്ടിലല്ല, പാരിലല്ല, പ്രപഞ്ചത്തിൻ
തരികളിലെമ്പാടുമാ വിലാസം കാണാം
പൊട്ടക്കിണർത്തവളകൾ പൊട്ടിപ്പൊട്ടിക്കരയുമ്പോൾ
അവനല്ലോ കവിതയ്ക്കു ചിലങ്ക കെട്ടി
സമസ്തലോകത്തിനുമാ സഫലമാമുന്മാദത്തിൽ
ജീവിതമേ തോന്നലെന്ന ബോദ്ധ്യമുണ്ടായി

അലഞ്ഞുതിരിയുന്നോർക്കു കവിതയേ ഗേഹമെന്ന
പൊരുളല്ലോ പാടിത്തന്നു സ്നേഹസുന്ദരൻ
അലസത വിനാശത്തിൻ വാതിലെന്ന വിവേകത്തി-
ലവൻ നിന്നു; ഉത്സാഹത്തിൻ കവിത നീട്ടി
കരുതിക്കൊതിച്ചു ചില വിരുതന്മാർ വിതച്ചൊരു
വിത്തെല്ലാമേ കാകന്മാരോ കവർന്നുപോയീ
അയത്നമായ്, ലളിതമായ് അവൻ നട്ട വിത്തൊക്കെയും
നൂറുമേനി വിളഞ്ഞിതാ സൗവർണ്ണമായീ!

ദൂരെ ദൂരെ വിനാശത്തിൻ പെരിയ കാൽപ്പെരുമാറ്റം
കേൾക്കുന്തോറും നിശ്ചലമാം ഞരമ്പുകളെ
ചോരയേറ്റിത്തുടിപ്പിച്ചു ശ്വാസവേഗം ശരിയാക്കി
പ്രണയവികാരത്താലേ വിശുദ്ധമാക്കി
കവിതയെ വെറുക്കുന്ന, കനവിനെ വെറുക്കുന്ന
സകലജനത്തിനോടുമിങ്ങനെ ചൊല്ലി
ഒരിക്കൽ നാമുലകിതിൽ തനിച്ചാകും നേരത്തെല്ലാം
അക്ഷരമേ കൂട്ടിനുള്ളൂ വാക്കു ദൈവതം!

## ഗൂഢരാമായണം

**മു**ണ്ഡിതശിരസ്കനായ്
 കവി വന്നിരിക്കുന്നു
ദണ്ഡകാരണ്യം കടന്നെ-
 ത്തിയോൻ രത്നാകരൻ
പൂവിടും വിഷാദത്തിൻ
 പൂവനം മിഴിത്തടം
സീതയെക്കാട്ടിൽ പരി-
 പാലിച്ച താതസ്മിതം

മൺപുറ്റിൽ നിരാർദ്രമായ്
 മേവിയ കാലത്താകാം
ശോകത്തെ, ചുംബിച്ചു നീ
 ശ്ലോകമായ് മാറ്റിത്തീർത്തു
വിസ്മൃതി നിരോധിച്ച
 മൂകമാം സത്യങ്ങളെ
ജ്വാലയായ്ക്കൊളുത്തി നീ
 മാഹേന്ദ്രജാലത്താലേ

എത്രയോ കാലംതൊട്ടേ
 മാനവർക്കുള്ളിൽ നീറി-
പ്പൊങ്ങിയ വികാരങ്ങൾ
 നിന്നിലോ വാഗ്രൂപമായ്
ഈ മണ്ണിൻ കിനാക്കളെ-

യുഴുതു മറിച്ചിട്ട
വേദാന്തസംസ്കാരമോ
കാവ്യത്തിന്നാരൂഢമായ്

കാടിനെ, നിതാന്തമാം
സ്നേഹത്തെ, നിലാവിനെ,
നാടിനെ, ആത്മാവിനെ
വിഴുങ്ങും ശാപത്തിനെ,
നോവിനെ, സാഹോദര്യ-
ച്ചതിവിൽ തപിക്കുന്ന
വാഴ്വിനെ, സൂക്ഷ്മാസ്വസ്ഥ-
ദ്യോവിനെ, സ്വപ്നത്തിനെ
കാമത്താലന്ധം ജീവ-
ശാഖികൾ നശിപ്പിച്ചോ-
രധികാരത്തിൻ മത-
ഭ്രാന്തിനെ, ധിക്കാരത്തെ
പഴയ ഭൂമിക്കുള്ളിൽ
പുതിയ ചരിത്രത്തെ
നിർമ്മിക്കും കൗടില്യന്റെ
തന്ത്രത്തെ, സിദ്ധാന്തത്തെ
മക്കളെപ്പിരിഞ്ഞോരു
താതന്റെ വിഷാദത്തെ
താതനെ നഷ്ടപ്പെട്ട
മക്കൾതൻ വിലാപത്തെ
ദുരന്തം വിതയ്ക്കുവാൻ
മാത്രമീ പാരിൽത്തങ്ങും
പരദൂഷണത്തിന്റെ
പൂണുനൂൽച്ചതികളെ
ഇതിഹാസത്തിൻ പുറം-
താളിൽ നീയെഴുതവേ
പുതിയ ധർമ്മങ്ങളും
നീതിയും പിറന്നുപോയ്!

സീതയെ; രാമായണ-
വ്യഥയെ നിരന്തരം
തീ തീറ്റിക്കടന്നുപോം
രാമന്റെ മര്യാദകൾ
രാവണോല്ലാസം കൊണ്ട
വാക്കിന്റെ ദുർഗ്ഗങ്ങളെ

തകർത്തു തരിപ്പണ-
    മാക്കവേ കിതച്ചു നീ

ചോരയും കിനാക്കളും
    മദിച്ചുപാടും ഭ്രാന്ത-
ബോധവും തിരസ്കാര-
    രാഗവും വിനാശവും
ക്രോധവും ഭയങ്ങളും
    മോഹവും ഭംഗങ്ങളും
തൂലികത്തുമ്പിൽ നൃത്ത-
    മാടുന്ന നക്ഷത്രമായ്!

പ്രേമത്തിൻ വിഷത്തിനായ്
    ജീവിതം വെടിഞ്ഞൊരു
പെണ്ണവൾ മനോഹരി
    കാടിന്റെ കാടായവൾ
പുതുയൗവനത്തുടു-
    താളമായ് പുലർന്നവൾ[1]
ശരമേറ്റൊടുങ്ങവേ
    ദൈവത്വം തുലഞ്ഞുപോയ്!

മാംസത്തിന്നതീതമാം
    രാഗത്തെക്കൊതിച്ചൊരു
രാജ്ഞിയോ[2] മുറിവേറ്റ
    സിംഹിയായ്, പ്രതികാര
ദാഹിയായ്, വിലാപത്തിൻ
    വേദിയായ്, യുദ്ധോത്സുക
വാണിയായ്; പ്രതാപത്തിൻ
    കനലോ പൊലിഞ്ഞുപോയ്!

വഞ്ചനയ്ക്കിരയാണീ-
    ബാലി; ഹാ! സുഗ്രീവത്വം
തൻവംശമഹിമകള-
    ടിമച്ചോറായ് മാറ്റി
തുച്ഛമാം വിഭീഷണ
    മനസ്സോ സഹോദര-
ദൂഷണം വേദത്തിന്റെ
    ശാഖയായ് തുന്നിച്ചേർത്തു

ഘോരമാം മതാന്ധത
 ശൂദ്രനെ കബന്ധമായ്-
ത്തീർക്കവേ മഹർഷി നീ
 മൗനത്തിൻ കുടീരമായ്
ശിലയെ അഹല്യയായ്-
 പ്പോറ്റിയ വിനോദമോ
മണ്ണിനെപ്പിളർക്കുന്ന
 രാജശാസനമായി

ദ്രാവിഡഗരിമകൾ
 വാനരോന്മാദം പൂണ്ട
വൈകൃതവികാരമായ്
 കരുതും സവർണ്ണത
കുറിക്കും ചരിത്രത്തിൽ
 രത്നവും കരിക്കട്ട!
ചാരമോ രത്നാകരം!
 കവിയോ സാക്ഷീഭൂതൻ!!

ലങ്കയെ, മഹത്ത്വത്തിൻ
 മാനവമനീഷയെ
രാക്ഷസകുലത്തിന്റെ
 ബീഭത്സകുടീരമായ്
കഥകൾ പെരുക്കിയോ-
 രുപജാപക സംഘം
കവി നീ വിരചിച്ച
 കാവ്യത്തെ; ഹിംസാത്മക-
വീരഗാഥയായ് കൂവി
 നീ വീണ്ടും മൺപുറ്റിലായ്!!

**കുറിപ്പുകൾ**

1. താടക
2. ശൂർപ്പണഖ

# അറിവുകൾ

**ക**ല്ലുകൾ കൊണ്ടല്ല; പണിയു
സ്നേഹംകൊണ്ട് വീടുകൾ

ആർത്തികൾ കൊണ്ടല്ല; കാണു
സംയമംകൊണ്ട് കാഴ്ചകൾ

കാതുകൾ കൊണ്ടല്ല; കേൾക്കു
തന്മയംകൊണ്ട് രോദനം

നാവിൻ മൂർച്ച കൊണ്ടല്ല; ചൊല്ലു
ഉൾക്കനംകൊണ്ട് വാക്കുകൾ

ഗർവ്വുകൾ കൊണ്ടല്ലുയർത്തു
അഭിമാനംകൊണ്ടെടുപ്പുകൾ

വിഴുപ്പുകൾ കൊണ്ടല്ല; താണ്ടു
നിർമ്മനംകൊണ്ട് യാത്രകൾ

സ്പർശനം കൊണ്ടല്ലറിയു
ദർശനംകൊണ്ടുറവുകൾ

തൊണ്ടതൻ തൊണ്ടിനാലല്ല പാടു
കരളിനാൽ കാവ്യശീലുകൾ

# യാത്ര

## 1

യാത്രയിലെപ്പൊഴും ഭാരങ്ങളൊ-
ഴിവാക്കിവേണം നടക്കുവാൻ
യാത്ര തന്നെയും ഭാരമാകയാൽ!
ഭാരമേറ്റലേ യാത്രയാകയാൽ!!

സ്വന്തദേഹവും ഭാരമായ്ത്തോന്നിടാം
വെന്തുനീറുന്ന മോഹങ്ങളാകയാൽ

പാരിലൊറ്റയ്ക്ക് കണ്ണീർ കുടിച്ചു നാം
പാത താണ്ടുന്നു; യാത്രയേ ജീവിതം!

നടന്നു തീർക്കേണമതിന്റെ രാശികൾ
ഇരിക്കാനാകാ തുടർനടപ്പു ജീവിതം

ഗർഭവേദിയിൽനിന്നും പൊടുന്നനെ
ലോകധർമ്മിയായ് വന്ന കാലം മുതൽ

മൃത്യു പിമ്പേ വരുന്ന തേരൊച്ചയും
കേട്ടു നെട്ടോട്ടമോടും മൃഗങ്ങൾ നാം

## 2

**ദൂ**രമേറുന്ന യാത്രയാണെങ്കിൽ
ഭാരമൊക്കെയുപേക്ഷിക്ക വേണം

ദിക്കറിയാത്ത തീരമാണെങ്കിൽ
വിഭ്രമങ്ങളെപ്പായിക്ക വേണം

മോക്ഷമെന്നതേ വ്യർത്ഥമെന്നോർക്കുക
മരണകാലമേ സത്യമെന്നറിയുക

കൂട്ടിവയ്ക്കുവതൊക്കെ കെടും സ്വയം
വിട്ടുപോകലേ ജീവിതം; മൃത്യുവും!

ദേഹിയല്ലിതു ദേഹമേ, രക്തമേ
മാംസശില്പമീ ജീവിതം നശ്വരം

നോക്കിനില്ക്കുക ആസ്വദിച്ചീടുക!
വാഴ്വിനത്രയേ വാഗർത്ഥദീപ്തിയും!!

## മരമായ് മാറണം

മരമായ് മാറണം
ഒരു മാത്രയെങ്കിലും
നേരിൽ പദമൂന്നി
നില്ക്കാൻ കഴിയണം

മരമായ് മാറണം
ഒരു മാത്രയെങ്കിലും
വേരായി മണ്ണിന്റെ
നീരേറ്റുവാങ്ങണം
ഇലയായി വിണ്ണിന്റെ
ചൂടിൽ കുളിക്കണം
പൂവായി, നിറമായി,
മണമായി മാറണം
നാളെയും തണലിന്റെ
കുട നീർത്തിനില്ക്കണം!
മഴു ചുമക്കും മർത്ത്യര-
റിയാതെ മായണം!!

# അഭേദ്യം

## 1

**ജീ**വിതത്തിന്റെയഭേദ്യമാം മൗനം
വാക്കു നീട്ടിക്കടന്നുപോകുന്നു

തെരുവിലരളികൾ പൂക്കുന്ന ദിക്കിൽ
വെയിലടക്കിത്തനിച്ചിരിക്കുന്നു

രൂപരഹിതരായ് അലയുന്നിതെങ്ങും
വീണ്ടെടുപ്പിന്റെ വിങ്ങും കിനാക്കൾ

എത്ര കണ്ടാലുമോർത്താലുമേതോ
മുള്ളുവച്ച വിഷാദം കനയ്ക്കും

## 2

**വി**ഫലമേതോ വികാരം പനിക്കയാൽ
കടലെടുക്കുന്നു കരയെ വിമൂകം

നോവുതിന്നും വിശുദ്ധപുഷ്പങ്ങളെ
നുള്ളിനോവിച്ചു പോകുന്നു കാറ്റും

ജീവരാശിയിൽ അമൃതം വിളമ്പും
രക്തതാരം കിതയ്ക്കുന്നു താന്തം

മറവി മഞ്ഞിൽ പതിച്ച കാല്പാടിൽ
വിരലമർത്തുന്നു രതിസ്വപ്നജാലം

## 3

ഇവിടെയിങ്ങനെ നില്ക്കുമ്പോളേതോ
ഹംസഗാനം വിളിക്കുന്നപോലെ

നെഞ്ചുകീറി പകച്ചുകേഴുമ്പോൾ
ചണ്ഡവാതങ്ങളായുന്ന പോലെ

മിഴിയിലീറൻ കിനാവിന്റെ തൂവൽ
വീശി നില്ക്കുന്നു സ്നേഹസമീരൻ

പൂക്കളെല്ലാം വെടിഞ്ഞു വാസന്തം
പഴയഗാനങ്ങൾ ഓർത്തെടുക്കുന്നു

ചിതലെടുത്ത ജഡങ്ങൾക്കുമുള്ളിൽ
ചിരിമറന്ന മുഖങ്ങൾ നാമെന്നേ!

## 4

പകലൊടുങ്ങും തിരസ്കൃതമേഘം
ദീനദീനം വിളിക്കുന്നു വീണ്ടും

ശാപവചനങ്ങളെല്ലാം മറക്കാൻ!
രൂപരഹിതരായ് ആഴത്തിലലിയാൻ!!

വഴിപിരിഞ്ഞ വിനോദങ്ങളെല്ലാം
പതിയെ വീണ്ടും വഴിതിരക്കുമ്പോൾ

ഭഗ്നയാത്രികൻ നീ മാത്രമെന്തേ
ആൽച്ചുവട്ടിൽ തനിച്ചിരിക്കുന്നു?

# കലയുടെ ആട്ടം

## 1

**കു**ളം നോക്കിയിരുന്നപ്പോൾ
ജലത്തിൽ നിന്നുയർന്നല്ലോ
തമ്പുരാന്റെ അഭിമാനം
ഉടലാർന്ന ദേവരൂപങ്ങൾ

ദീർഘയാത്ര കഴിഞ്ഞിപ്പോൾ
വന്നതേയുള്ളൂ
ഗണനായകനെ കണ്ടു ഖേദം
ചൊന്നതേയുള്ളൂ

മേലെഴുന്നോൻ[1] മൊഴിഞ്ഞീലേ
അപഹാസ്യങ്ങൾ
തെക്കുദിക്കിൽ കലയുടെ
വിളക്കില്ലെന്നേ
കളിവിളക്ക് കൊളുത്താനും
തിരിയില്ലെന്നേ
കലകളെല്ലാം തങ്ങളുടെ
പാട്ടിലാണെന്നേ!
പാട്ടിലാക്കാൻ മിടുക്കന്മാർ
തങ്ങളാണെന്നേ!!

അതുകേൾക്കെ തുടിച്ചില്ലേ
കേരള[2] ബോധം
പൊരുതുവാനുറച്ചില്ലേ
നെഞ്ചുറപ്പോടെ
കലയ്ക്കായ് തുടിക്കുന്ന
കാമനകൾക്ക്
വെറുപ്പിന്റെ തത്ത്വശാസ്ത്രം
മനസ്സിലാകില്ല
കലാപത്തിന്നിലത്താളം
കേട്ടുനില്ക്കാനും
കലയ്ക്കായ്പ്പൊരുതുവോർക്ക്
കഴിയുകയില്ല
കഥ കേൾക്കാൻ കൊതിക്കുന്ന
മനുഷ്യരുള്ളോളം
കവിത പാടാൻ പിടയ്ക്കുന്ന
കൂട്ടരുള്ളോളം
മനുഷ്യത്വം മണ്ണിൽ നിന്നു
മറയുകയില്ല
കലയുടെ കനൽ തെല്ലും
കെടുകയുമില്ല

ഗർവ്വുകാട്ടാനല്ല കലയുടെ
തിടമ്പെന്നറിക
നാട്ടിലുള്ളോർക്കനുഗ്രഹം
നല്കിടാനത്രേ
തലയെന്നാൽ കൊയ്യുവാനൊരു
കതിരാണെന്ന്
കരുതുന്നോരരചന്ന്
കലയുണ്ടാമോ?
കല നീട്ടും വിശുദ്ധിതൻ
വരമുണ്ടാമോ?

കലയുടെ പ്രഭാപൂരം
മൂടിവച്ചീടാൻ
ഏതധികാരിക്ക് പാരിൽ
കഴിഞ്ഞീടുന്നു?
അധികാരം കൊഴിഞ്ഞാലും
കല വാഴുന്നു
കല തന്നെ അനന്തമായ്
നിറഞ്ഞാടുന്നു

## 2

തിരസ്കാരം തിരിയാതെ
പടവമർന്നപ്പോൾ
ധ്യാനമൂകം തപോലീനം
മനമമർന്നപ്പോൾ
അലകളെല്ലാമടങ്ങുന്നു
അകമൊരുങ്ങുന്നു
കഥകളിത്തറ പോലെയുള്ളം
സ്വയമൊതുങ്ങുന്നു
കോടിസൂര്യപ്രഭ ചൂടി
മിഴികൾ തെളിയുന്നു
സ്വപ്നദർശനമുണരുന്നു
കഥ വിടരുന്നൂ

സ്വർണ്ണമാനിൻ പിറകെ രാമൻ
പാഞ്ഞടുക്കുന്നു
ശരംപോലെ മന്ത്രരൂപി
തെന്നിയോടുന്നു
വാനരന്മാരെങ്ങുമെങ്ങും
പടയൊരുക്കുന്നു
ശ്രീയെഴുന്ന ലങ്ക മുന്നിൽ
കത്തിനില്ക്കുന്നു
അധികാരപ്പുളപ്പിന്റെ
ശിരസ്സുകൾ പത്തും
മുറിവേറ്റ മനുഷ്യത്വം
എയ്തുവീഴ്ത്തുന്നു[3]
സീതയെന്നോരഗ്നി നാളം
കാറ്റിലുലയുന്നു
പച്ച കത്തിച്ചുവപ്പിന്റെ
രാശി തെളിയുന്നു
അപവാദം വിശുദ്ധി ത–
ന്നടി പിളർക്കുന്നു
കവിത ചൊല്ലും കിശോരത്വം
ജയം നേടുന്നു
അധികാരം പ്രവാഹത്തിൽ
മുങ്ങിയമരുന്നു[4]

നിന്ദയെല്ലാം നിറഞ്ഞുള്ളിൽ

നന്ദി നിറയുന്നു
നീറിവെന്ത മാനസത്തിൽ
ശാന്തി നിറയുന്നു
കലാപത്തിൻ വിത്തു പൊട്ടി
കല മുളയ്ക്കുന്നു
കഥയുള്ളോരിക്കളിക്ക്
കാലമുണരുന്നു

**3**

ജലത്തിന്മേൽ തെളിഞ്ഞീടും
നിഴൽരൂപങ്ങൾ
നീരദങ്ങൾ തൊട്ടുതൊട്ടു
മുദ്ര ചാർത്തുന്നു
മാരിവില്ലുകളൂറി വന്നു
നിറം നല്കുന്നു
എട്ടുദിക്കും നടനമോടെ
താലമേന്തുന്നു
നിറഞ്ഞാടുമൊരുത്സവത്തിൽ
ലയിക്കുന്നതുപോൽ
കഥ തിങ്ങിക്കടൽ പോലെ
മനം വിങ്ങുന്നു

വിരൽത്തുമ്പിൽ വികാരങ്ങൾ
വീണമീട്ടുന്നു
അക്ഷരങ്ങൾ അക്ഷതമായ്
വന്നുതഴുകുന്നു
വിഘ്നമെല്ലാമകലുന്നു
കാവ്യമുണരുന്നു
ചെളിയിൽ നിന്നൊരു പുഷ്പം
പുഞ്ചിരിക്കുന്നു[5]

**4**

കൊളുത്തട്ടെ മേഘകന്യ
കളിവിളക്കിൻ തിരികളേഴും
ഉയരട്ടെ അംബരത്തിൽ
കഥകളിവേഷം

മൊഴിത്താളമുയർത്തട്ടെ
കുളത്തിന്നലകൾ
പുളകത്താലുയിർക്കട്ടെ
നാട്ടഭിമാനം

തുടിക്കട്ടെ മേഘരാഗം
ചൊരിയട്ടെ ഗീതവർഷം
ഇതുതന്നെ തെക്കുദിക്കിൻ
നടനസംഗീതം
ഉയരട്ടെ മേളരാഗം
ഉണരട്ടെ നാട്ടകങ്ങൾ
ഇതുതന്നെ നാടുതേടിയ
പുതിയ സന്ദേശം

*അധികാരം കൊഴിഞ്ഞാലും*
*കല വാഴുന്നു*
*കല തന്നെ അനന്തമായ്*
*നിറഞ്ഞാടുന്നു*

ഗോഷ്ഠഗാരക്കരയ്ക്കേറെ[6]
പ്രിയമെഴുന്നോന്റെ
രാമനാട്ടം ചൊല്ലിയാടീ
മാമാങ്കങ്ങൾ[7]

*കലയുടെ പ്രഭാപൂരം*
*മൂടിവച്ചീടാൻ*
*ഏതധികാരിക്ക് പാരിൽ*
*കഴിഞ്ഞീടുന്നു?*

**കുറിപ്പുകൾ**

1. കോഴിക്കോട് മാനവേദൻ സാമൂതിരിയുടെ കൃഷ്ണഗീതി എന്ന കാവ്യമാണ് *കൃഷ്ണനാട്ട*ത്തിന് അടിസ്ഥാനം (1653). ഒരു വിശേഷാൽ ദിനത്തിൽ *കൃഷ്ണനാട്ടം* അവതരിപ്പിക്കാൻ, സാമൂതിരിയുടെ കൃഷ്ണനാട്ടസംഘത്തെ കൊട്ടാരക്കരത്തമ്പുരാൻ കൊട്ടാരക്കരയിലേക്ക് ക്ഷണിച്ചു. എന്നാൽ *കൃഷ്ണനാട്ടം* ആസ്വദിക്കാൻ തക്ക പാണ്ഡിത്യമുള്ളവർ തെക്കൻ നാട്ടിലില്ല എന്ന് അപഹസിക്കുകയാണ് മാനവേദൻ ചെയ്തത്. അഭിമാനത്തിന് മുറിവേറ്റ തമ്പുരാൻ ദുഃഖാർദ്രനായ് കൊട്ടാരക്കര ഗണപതി അമ്പലത്തിന്റെ

കുളപ്പടവിൽ ധ്യാനമൂകനായിരുന്നപ്പോൾ കുളത്തിൽ നിന്ന് ഒന്നൊന്നായ് ദേവരൂപങ്ങൾ (കഥകളിവേഷങ്ങൾ) ഉയർന്നുവന്നുവെന്ന് ഐതിഹ്യം.

2. ബാലവീരകേരളവർമ്മ എന്നാകാം കൊട്ടാരക്കരത്തമ്പുരാന്റെ പേര്. *വഞ്ചിബാലവീരകേരളവർമ്മരാമായണം കഥകളി* എന്നാണ് തമ്പുരാന്റെ രാമായണം ആട്ടക്കഥ അറിയപ്പെട്ടിരുന്നത് എന്ന് ഉള്ളൂർ. രാമനാട്ടത്തിലെ ഒന്നാം കഥാഖണ്ഡമായ പുത്രകാമേഷ്ടിയുടെ ആരംഭശ്ലോകപ്രകാരം കൊട്ടാരക്കരത്തമ്പുരാൻ വീരകേരളവർമ്മ എന്ന വഞ്ചിമഹാരാജാവിന്റെ ഭാഗിനേയനും ശങ്കരനെന്ന കവിയുടെ ശിഷ്യനുമാണെന്ന് വെളിപ്പെടുന്നു.

3. ഈ താരതമ്യത്തിലും വെളിപ്പെടുന്നത്, സാമൂതിരിയുടെ അധികാരപ്പുളപ്പിനെതിരെ മനുഷ്യത്വബോധത്തിന്റെ പ്രതീകമായ തന്റെ കല ജയിക്കുമെന്ന ഉള്ളുറപ്പാണ്.

4. രാമായണകഥ എട്ടുദിവസത്തെ കഥകളാക്കി അവതരിപ്പിക്കുന്നതാണ് *രാമനാട്ടം.* പുത്രകാമേഷ്ടി, സീതാസ്വയംവരം, വിച്ഛിന്നാഭിഷേകം, ഖരവധം, ബാലിവധം, തോരണയുദ്ധം, സേതുബന്ധനം, യുദ്ധം എന്നിവയാണ് എട്ട് ദിവസത്തെ കഥകൾ. തമ്പുരാന് രാമനാട്ടം ചിട്ടപ്പെടുത്താൻ സഹായിച്ചത് പ്രധാനമന്ത്രിയും സേനാനായകനുമായിരുന്ന വെങ്കലത്താശാനായിരുന്നു.

5. ഇവിടെ കലയ്ക്ക് പിന്നിലെ പ്രചോദനമായ് വർത്തിച്ചത് അഭിമാനക്ഷതം. അതിൽ നിന്നുയർന്നതോ കലയുടെ കേളീരവം.

6. ഗോഷ്ഠാഗാരം (ധാന്യപ്പുര) എന്ന വാക്ക് കോട്ടാഗാരമായും കൊട്ടാരമായും പരിണമിച്ചു. അങ്ങനെ കൊട്ടാരക്കര എന്ന സ്ഥാനാമമുണ്ടായി. കൊട്ടാരം എന്ന വാക്കിന് ഭണ്ഡാരം, ധനം എന്നിങ്ങനെയാണ് തമിഴ് നിഘണ്ടുവിൽ അർത്ഥം.

7. 1694 ൽ നടന്ന മാമാങ്ക മഹോത്സവത്തിൽ കൃഷ്ണനാട്ടത്തോടൊപ്പം *രാമനാട്ടവും* നടത്തിയിരുന്നുവെന്ന് മാമാങ്കം കിളിപ്പാട്ടിൽ പ്രതിപാദിക്കുന്നുണ്ട്. അപഹസിച്ച രാജാവിന്റെ അനന്തരതലമുറ അപഹസിക്കപ്പെട്ട നാടിന്റെ കലാരൂപത്തെ, തങ്ങളുടെ വമ്പ് കാട്ടുന്ന ഉത്സവത്തിൽ കെട്ടിയാടിയത് കലയുടെ വിജയമായ് വേണം കണക്കാക്കുവാൻ. എ ഡി 1653 നും 1694 നും ഇടയിലാകാം രാമനാട്ടം രചിക്കപ്പെടുന്നത്.
(വിവരങ്ങൾക്ക് കടപ്പാട്- പുകസ കൊട്ടാരക്കര ഏരിയ കമ്മിറ്റിയുടെ ആഭിമുഖ്യത്തിൽ പുറത്തിറക്കിയ കൊട്ടാരക്കരയുടെ സാഹിത്യ-സാംസ്കാരിക സ്മരണികയായ *അടയാളങ്ങൾക്ക്*.)

# വാക്ക്

## 1

**ബോ**ധശാഖിയിൽ ജ്ഞാനം–
തീണ്ടിയ കാലം തൊട്ടേ
വാക്കിനെ, വെളിച്ചത്തെ–
ത്തൊഴുതേ നടന്നു ഞാൻ
വാക്കുകൾ കൊത്തിക്കൊത്തി–
യിരിക്കും ശില്പിക്കുള്ളിൽ–
ത്തുടിക്കുമുന്മാദത്തെ–
പ്പിന്തുടർന്നാഗ്നേയത്തി–
ന്നംബരാന്തത്തിൽ മേഘ–
ദ്യുതിയെപ്പുണർന്നു ഞാൻ

വാക്കാകുമാകാശത്തിൽ
താരകം പിറക്കുന്നു
വാക്കാകും സമുദ്രത്തിൽ
മൗനങ്ങളിരമ്പുന്നു
വാക്കുതാൻ ദൈവത്തിനും
ദൈവതം; പരംപൊരുൾ!
വാക്കുകൾ നമ്മൾക്കുള്ളിൽ
നമ്മളെയൊരുക്കുന്നു
വാക്കു നീ! വാക്കിൽ കര–
തേടുന്ന യാനം ഞാനും!!

ബദ്ധനായ് വാക്കിൻ മടി-
ത്തട്ടിലായ് പലകാല-
മുറങ്ങിയുണർന്നു ഞാൻ
ബുദ്ധനായ് സ്വപ്നങ്ങളിൽ
നോവിന്നുമഗാധത്തിൽ
തപിക്കും വികാരങ്ങൾ
വാറ്റി ഞാൻ കുടിച്ചെന്നും
ജീവിതവിഷദ്രവം

സ്വപ്നത്തിൻ സമ്പന്നത
പോറ്റിയ കാലങ്ങളിൽ
മൃത്യുവേപ്പേടിച്ചു ഞാന-
ലഞ്ഞ പഥങ്ങളിൽ
കണ്ടു ഞാൻ തഥാഗഥ-
മൗനമായ് വാക്കിൻ പ്രഭാ-
പൂർത്തിയെ; യുയിർപ്പിന്റെ
കാഹളമുണർന്ന പോൽ
കേട്ടു ഞാൻ ദുഃഖങ്ങളിൽ
വാക്കിന്റെ മഹാരാഗം

വാക്കിനെ ധ്യാനിക്കുമ്പോൾ
ധ്യാനിയോ വാക്കാകുന്നു
വാക്കിന്റെ വെളിച്ചത്തിൽ
സർവ്വവും വിളങ്ങുന്നു
വാക്കിന്റെ കൈയും പിടി-
ച്ചിങ്ങനേ നടക്കുന്നൂ
വാക്കിന്റെയകംപുറം
കാണുവാൻ കൊതിക്കുന്നു

അച്ഛനിൽനിന്നും പൊട്ടി-
യടർന്ന കുട്ടിക്കാലം
അമ്മയിൽ കനംതൂങ്ങി
നിന്നോരു പൊട്ടൻത്തെയ്യം
വാക്കിന്റെ കാർക്കോടക-
ദംശനമേറ്റപ്പോഴേ
ദീനത വെടിഞ്ഞങ്ങു
ക്ഷണമേയാനന്ദത്തിൻ
നളനായുണർന്നു പോയ്

നോവുകൾ; പഴങ്കാല-
പ്പൊറ്റകളൂർന്നേ പോയി!
ബാഹുകൻ മാഞ്ഞേപോയീ!!

പിന്നെ ഞാൻ തനിച്ചായി-
ക്കേണതില്ലൊരു നാളും
വാക്കിന്റെയുന്മാദത്തിൽ
നെഞ്ചകം തുടിക്കുന്നു
വാക്കെന്നിൽ കവിതയായ്
താണുതാണിറങ്ങുന്നു
വാക്കെന്നിൽ വികാരത്തിൻ
നൗകകളിറക്കുന്നു
വാക്കുകളോളം തുള്ളും
കടവിൽ വഴുതുമ്പോൾ
മൗനമാം മഹാർണ്ണവം
പിറകിൽ പതുങ്ങുന്നു
വിഴുങ്ങാൻ വായും പിളർ-
ന്നടുക്കും പ്രളയത്തെ
തടുക്കാനീ വാക്കിന്റെ
പ്രണയം മതിയാമോ?

എത്രമേൽ ഭയങ്ങളിൽ
ജീവിതം മാഴ്കീടിലും
അത്രമേൽ വെറുപ്പുകൾ
വന്നെന്നെപ്പുണർന്നാലും
തളരില്ലല്ലോ ഞാനീ
വാക്കിന്റെ കുടക്കീഴിൽ
നില്ക്കുന്ന കാലത്തോളം!
കവിത മരിപ്പോളം!!

## 2

അന്ധമാം ലോകം മഹാ-
നിദ്രയിലാഴുമ്പോഴും
രാത്രിപാലകർ, നിശാ-
ചാരികൾ: തമോമയർ
മൂകമാം സ്വപ്നങ്ങളെ
ഞെരിച്ചു കൊല്ലുമ്പോഴും
വീണവർക്കായോധന

വീര്യമായ്ജ്ജ്വലിക്കുവാൻ
പുലരിച്ചോപ്പുംകൊണ്ടേ
പിറക്കും വാക്കിന്നുള്ളിൽ
മാനവമഹാദ്ധ്വാന-
ക്കുതിപ്പിൻ തേരൊച്ചകൾ!
അടിമക്കണ്ണിൽ പൂക്കു-
മുശിരിൻ തീജ്ജ്വാലകൾ!!

എവിടെ, വിയർക്കാത്ത
വേഷങ്ങൾ വിനാശത്തിൻ
ശാപങ്ങളുതിർക്കുന്നോ
അവിടെ വെളിപ്പെടും
രുധിരം വേർപ്പാക്കുന്ന
വരത്തിൻ മന്ത്രാരവം!
പാപങ്ങളകറ്റുന്ന
പുണ്യത്തിൻ സ്നേഹാക്ഷരം!!

രാജശാസനങ്ങളെ
ചെറുത്ത പോരാളികൾ
ജന്മിത്തം വാളാൽ വെട്ടി
വീഴ്ത്തിയ ചോരപ്പൂക്കൾ
ധീരമായ് വിരിച്ചിട്ട
വാക്കിന്റെ പാളങ്ങളിൽ
കുതിക്കയല്ലോയിന്നിൻ
നേരിന്റെ പോരാട്ടങ്ങൾ

എത്രമേലധികാരബ്-
ഭ്രാന്തുകൾ; സ്വാഭാവിക
ജീവിതം മണ്ണിൽ നിന്നു
കരിച്ചുകളഞ്ഞാലും
എവിടെ ധിക്കാരത്തിൻ
കോട്ടകളെല്ലായ്പ്പോഴും
നിസ്വന്റെയുയർച്ചകൾ
മറച്ചുപിടിച്ചാലും
അവിടെയെതിർപ്പിന്റെ
വാക്കുകളുയർന്നിടും
വാക്കുകൾ വിനാശത്തിൻ
മനകൾ തകർത്തിടും

വാക്കുകൾ ലോകങ്ങളെ-
യൊരുക്കീ സംസ്കാരത്തിൻ
ഹരിതവസന്തങ്ങൾ
വിടർത്തീ; വിജ്ഞാനത്തിൻ
അണയാപ്പന്തങ്ങളെ-
ക്കൊളുത്തീ; മനുഷ്യന്റെ
ജീവിതപ്രയാണത്തെ-
പ്പടർത്തീ; യഭംഗുരം
വാക്കുകൾ ചലിക്കുന്നൂ!
ചലനം വാക്കാകുന്നൂ!!

വാക്കുകളിരുട്ടിനെ
മുറിച്ചുകടക്കുന്നു
വാക്കുകൾ പൊരുളിനെ-
ത്തുറന്നു കാട്ടീടുന്നു
വാക്കിനെ ജയിക്കുവാൻ
കഴിയില്ലൊരുവനും
വാക്കു താൻ ജയിക്കുന്നൂ!
വാക്കിനെ നമിക്കട്ടെ!!

# ഒരു കവിത വേണം

**ഒ**രു കവിത വേണം
ഒരു കവിത വേണം

സ്മൃതിയറ്റ മൃതികൾക്ക്
പിറകൾക്ക് വേണ്ടി
രാവിന്നു പൂവിന്നു
പുലരിക്ക് വേണ്ടി

ഒരു കവിത വേണം
ഒരു കവിത വേണം

പാടങ്ങളുഴുതു മറിച്ചു പൊന്നാക്കുന്ന
കർഷകനു വേണ്ടി
സ്വന്തം വിയർപ്പിനാൽ സ്വർഗ്ഗം ചമയ്ക്കുന്ന
ധീരന്നു വേണ്ടി
വിദ്യയാണുന്നത വിത്തമെന്നോതുന്ന
ജ്ഞാനിക്കു വേണ്ടി
സ്നേഹം മനസ്സിൻ മതമാക്കി മാറ്റുന്ന
മർത്ത്യന്നു വേണ്ടി

ഒരു കവിത വേണം
ഒരു കവിത വേണം

മക്കളെപ്പാലൂട്ടി പോറ്റി വളർത്തുന്നൊ-
രമ്മയ്ക്കു വേണ്ടി
മക്കൾ ഉപേക്ഷിച്ചു; തെരുവിൽ അലയുന്ന
വൃദ്ധർക്കു വേണ്ടി
അന്നവും വീടുമില്ലാതെയുഴറുന്നൊ-
രാർത്തർക്കു വേണ്ടി
എവിടെയും ചങ്ങല വീർപ്പിട്ടുകൊല്ലുന്നൊ-
രടിമയ്ക്കു വേണ്ടി

ഒരു കവിത വേണം
ഒരു കവിത വേണം

നെഞ്ചകം നീറിപ്പിടഞ്ഞു കേഴുമ്പൊഴും
ഉശിരോടെ പാടുന്ന നെറികൾക്കു വേണ്ടി
നിഴലറ്റുതുണയറ്റു പോകുന്ന നേരവും
കനലാർന്നുയിർക്കുന്ന നോവിന്നു വേണ്ടി
വേദനിച്ചാലും വിതുമ്പാതെ വാഴുന്ന
സൂക്ഷ്മസ്വരൂപിയാം വാഴ്‌വിന്നു വേണ്ടി
കദനസന്ദേഹിയാം കാലം ഗ്രസിച്ചിട്ടു-
മുലയാതുയർന്നുപോമുണർവ്വിന്നു വേണ്ടി

ഒരു കവിത വേണം
ഒരു കവിത വേണം

തീരങ്ങളെല്ലാം തകർന്നുപോയിട്ടും
തളരാതെയൊഴുകുന്ന പുഴകൾക്കു വേണ്ടി
മരമായ മരമൊക്കെ വെന്തെരിഞ്ഞിട്ടും
അലിവോടെ പാടുന്ന കിളികൾക്കു വേണ്ടി
മുകിലായ മുകിലൊക്കെ പെയ്തൊഴിഞ്ഞിട്ടും
കരയാതെ നില്ക്കുന്ന വാനിന്നു വേണ്ടി
മർത്ത്യത സർവ്വം കവർന്നെടുത്തിട്ടും
ജീവിതം നീട്ടുന്ന കാടിന്നു വേണ്ടി

ഒരു കവിത വേണം
ഒരു കവിത വേണം

ഈ ഭൂമിക്കു വേണ്ടി, സൂര്യന്നു വേണ്ടി!
സകലചരാചരജീവന്നു വേണ്ടി!!

# ഇത് ഖാണ്ഡവം

## (ആദികുരുക്ഷേത്രം[1] )

### 1

ഇത് ഖാണ്ഡവം; കനലുകൾ പകചിക്കി-
യുണരുന്ന തിമിരാന്ധകാനനം
ഇവിടെ നോവിന്റെ പാട്ടുപാടാൻ നില്ക്കുമൊരു
പുൽത്തണ്ടു ഞാൻ; എവിടെൻ മഹാവനം?

ഇത് ഖാണ്ഡവം; നായാടിവൃന്ദങ്ങളടരാടി[2] ജീവന്റെ
നാരായവേരു കരിപ്പിച്ച ഗദ്ഗദം
എത്ര പരിത്യക്തരായ് വിലപിച്ചു നില്പിതാ
മേഘദൂതർ; ദിക്പാലവൃന്ദവും!
ഭഗ്നജാതകം തീയിൽ വെന്തുവെന്തെരിയവേ
എത്രയെത്ര കിനാക്കൾ കൊഴിഞ്ഞുപോയ്
മൃത്യുപുഷ്പം നിറഞ്ഞ സന്ധ്യാംബരം!
രക്തഹാരമണിഞ്ഞ നിലാനദി!!

തക്ഷകനാണീ കാടിന്റെ രക്ഷകൻ; തസ്കരനല്ലവൻ
നാഗചിത്രം[3] നെറ്റിയിൽ പച്ചകുത്തിയ കാട്ടാളത്തം!
ഇന്ദ്രനാണല്ലോ[4] സുഹൃത്ത് സ്വർഗ്ഗം തൊഴും
കാടിന്റെയധിപൻ! ദേവാനാംപ്രിയൻ!

തെറ്റെന്ത് ചെയ്തിവർ- നാഗസാമ്രാജ്യവാസികൾ?
പുണ്യപുരാതന മാനുഷരാണിവർ!
ചെയ്യാത്തപാപം ജ്വലിക്കുന്ന വാളായ്
തൂങ്ങി നില്ക്കുന്നിതാ വാനിൽ!!

പുതിയ ദൈവം വന്ന് പഴയ ദൈവത്തിന്റെ
സിംഹാസനം തീയെരിക്കുന്നു, നോക്കൂ-
ആര്യരാജ്യത്തിന്റെ വിപുലനം; ദ്രാവിഡ-
ബ്ഭൂമി കൈയേറ്റം, വികസനം, പാതകം!
അധിനിവേശത്തിന്റെ ആരവം, ഹുംകൃതി!
മാംസദാഹത്തിന്റെ മേളനം, രോദനം!!

പല കൃഷ്ണരുള്ളതിലൊന്നു മാത്രമീ പാർത്ഥന്റെ
സാരഥി; യതിലേവരും വാസുദേവന്മാരുമല്ല[5]!
പറയാതിരിക്കുവാനാകില്ല പണ്ട് ഗോവർദ്ധനത്തിന്റെ
മഹിമ പൊക്കിപ്പിടിച്ചതും മഴ പൊഴിപ്പിച്ചതും
പാരിന്റെ നേരിന്നു വേണ്ടിയേയല്ലെന്ന്!
ഇന്ദ്രത്വമൊന്നിളക്കുവാൻ മാത്രമായിരുന്നെന്ന്!!
അല്ലെങ്കിലിങ്ങനെയും ചൊല്ലാം—
രാധയെ സ്നേഹിച്ച കണ്ണനേയല്ല
പെരുകുമീ നിലവിളിക്കാട്ടിലും
കൊലയാളിവീരന്റെ തേരാളിയായ് നിന്നു
കലഹം നയിപ്പവനെന്ന്!

## 2

ഭക്ഷണം വേണം പോലും അഗ്നിക്കോ? ഏതഗ്നിക്ക്?
വേദങ്ങൾക്കുള്ളിൽ വിങ്ങും സങ്കല്പം ഭക്ഷിക്കുമോ?
ആരണ്യം വേണം പോലും അക്കൊടും വിശപ്പിന്റെ
അണയാത്തീയെപ്പാടെ കെടുത്താൻ, മോക്ഷം നേടാൻ!
ഭക്ഷിക്കാൻ മൃഗങ്ങളും സസ്യങ്ങൾ നാനാതര-
പക്ഷികൾ മനുഷ്യരും വിചിത്രം! വിരൂപമേ[6]!!

വെളിച്ചം വെളിച്ചമെന്നാർത്തുംകൊണ്ടീ പാതയി-
ലെത്ര തേരുകൾ പാഞ്ഞൂ; ഇരുളോ പോയീലല്ലോ!
കുടുംബവഴക്കുകൾ, സോദരപ്പിണക്കങ്ങൾ
കാമിനീ കലഹങ്ങൾ, കീചകബന്ധങ്ങളും

മൂടുവാൻ വേണം പോലും കാടിന്റെ കിനാവുകൾ-
നാഗികൾ, ഇഴയുന്നോരന്ത്യജർ, പാപാത്മാക്കൾ!

അരക്കില്ലത്തിൽ പണ്ട് ചുട്ടുകൊന്നില്ലേ നിങ്ങൾ
കാടിന്റെ കിനാക്കളെ നിർദ്ദയം, നിരങ്കുശം?
വിദുരനീതിക്കിതിലെന്തൊരു ന്യായം കാണും
ധർമ്മജൻ ചെറുപ്പമാണെങ്കിലും പിഴയ്ക്കാമോ?
ദേഹത്തിനുണ്ടാം വർണ്ണം ആത്മാവിനുണ്ടോ ചൊല്ലൂ
വേദാന്തവേദജ്ഞരേയെന്തിനീ മതിലുകൾ?
ശൂദ്രയോനിയിൽ വന്നു പിറക്കുംപോലും മർത്ത്യൻ
കഴിഞ്ഞ ജന്മങ്ങളിൽ തെറ്റൊന്നു ചെയ്താൽപ്പോലും
പൂണുനൂൽ ധരിച്ചവൻ ചെയ്യുന്നതെല്ലാം തന്നെ
ശരിയെന്നല്ലോ ചൊല്വു വേദങ്ങൾ പുരാണവും

കറുത്ത കിനാവുകൾ കാത്തോരു ദൈവത്തെയും
ആര്യന്മാർ മോഷ്ടിച്ചില്ലേ? ഭ്രാതരെ കൊല്ലിക്കുന്നോർ!
പഴയതെല്ലാം പാടെ മറന്ന കറുത്തവൻ
പുതിയ നാരായണനെന്നുള്ള[7] പദവിയിൽ!
അത്തരം ധർമ്മത്തിൽ ഹാ! ഇല്ലല്ലോ സത്യം, ദയ-
യൊക്കെയും വെളുത്തവൻ അവനായ് വ്യസിച്ചിടും!!

പുതിയ ദൈവം സഹവാസിയോടൊപ്പം നിന്ന്
വർഗ്ഗീയവിദ്വേഷത്തിൻ തീയുണ്ട വർഷിക്കുമ്പോൾ
പഴയ ദൈവം വന്നു പൊഴിപ്പൂ ചാറ്റൽമഴ
ഹാ കഷ്ടം! ജലനേത് യുദ്ധത്തിൽ വിജയിക്കും?
മാംസങ്ങൾ കരിഞ്ഞതിൻ കറുത്ത മണംപൊങ്ങി
മറയും ദിവാകരമണ്ഡലം മേഘാവൃതം
ഒറ്റുന്ന ദൈവം കൂട്ടുനില്ക്കുന്ന കൂട്ടക്കൊല
വിലയ്ക്കെടുക്കപ്പെട്ടോ ദൈവമേ, നീയും മണ്ണിൽ?

## 3

ഹേ! കവേ, വാക്കിന്റെ വനരക്ഷകാ!!
വനമൊക്കെയും തീപ്പെടും കാലമാണെങ്കിലും
ഇനി നീ കുറിക്കണം ഒരാരണ്യഗീതകം
കാട്ടിലുള്ളവരാകണം പാട്ടിലെ നായകർ
അപരനെ നിന്ദ്യനായ് വേലികെട്ടിത്തിരിക്കും
നാട്ടുനിയമങ്ങൾ നീ മാറ്റിയെഴുതണം

യുദ്ധങ്ങളല്ലതിൻ വർണ്ണനകളല്ലതിൽ
നിറയട്ടെ സ്നേഹരതിയൊന്നു മാത്രം!
ഗർവ്വങ്ങളല്ലതിൻ പോർവിളികളല്ല
വാക്കുകളിലുയിർക്കട്ടെ പുതുശാന്തിപർവ്വം!
പെണ്ണിൻ മടിക്കുത്തഴിക്കുന്നൊരാണത്തമല്ല
പെണ്ണിനെ പെണ്ണായുണർത്തുന്ന മന്ത്രങ്ങൾ വേണം!
ആണത്തമെന്നതൊരാക്രമണമല്ല
അഭയം കൊടുക്കേണ്ടൊരാൽമരം തന്നെ!

ഭൂമിതൻ പുത്രർ നാം; ഏവരുമൊന്നെന്ന
നാവേറു പാടട്ടെ പക്ഷിജാലങ്ങൾ!
പുതുകാവ്യനീതി പിറക്കട്ടെ മണ്ണിൽ
ദൈവനീതികൾ അറ്റുപോകട്ടെ!!

**കുറിപ്പുകൾ**

1. കുരുക്ഷേത്രയുദ്ധത്തിനു മുന്നേയുള്ള ഒരു ഡ്രസ്റിഹേഴ്സലായി 'ഖാണ്ഡവദഹന'ത്തെ പരിഗണിക്കാം. ഉപരിതലത്തിൽ സഹോദരന്മാർ തമ്മിലുള്ള കലഹമാണ് കഥാവിഷയമെങ്കിലും, ആര്യ-നാഗ സംഘർഷവും ഭാരതത്തിലെ ആദ്യ സാമ്രാജ്യസ്ഥാപനവുമാണ് *മഹാഭാരത*ത്തിലെ മുഖ്യപ്രമേയം എന്നു കാണാവുന്നതാണ്. നാഗർക്ക് നേരെ, യുദ്ധശേഷവും നിലനിന്ന ആര്യന്മാരുടെ ഒടുങ്ങാത്ത പരിഹാസവും തക്ഷകന്റെ അടങ്ങാത്ത പകയും പരീക്ഷിത്തിന്റെ വധവും തുടർന്ന് ജനമേജയന്റെ നേതൃത്വത്തിൽ നടന്ന സർപ്പസത്രവും ഓർക്കുക.
   ശമീകമുനിയുടെ കഴുത്തിൽ പരീക്ഷിത്ത് ചത്ത പാമ്പിനെ അണിയിച്ചതിനെത്തുടർന്ന് ശമീകപുത്രനായ ഗവിജാതൻ(ശൃംഗി) രാജാവ് തക്ഷകനാൽ കൊല്ലപ്പെടുമെന്ന് ശപിക്കുന്നു. രാജകീയ വിനോദമായ നായാട്ടിന്റെ പേരിൽ, പരീക്ഷിത്തിന്റെ നേതൃത്വത്തിൽ നടന്നതും വംശനാശശ്രമങ്ങൾ തന്നെ.
2. ഇവിടെ നായാടിവൃന്ദങ്ങൾ എന്നത് കൊണ്ടുദ്ദേശിക്കുന്നത് ആര്യവംശപ്പിരിവുകളെയാണ്.
3. നാഗവംശം എന്നാൽ നാഗചിഹ്നം അടയാളമാക്കിയ തദ്ദേശീയ ജനവിഭാഗം എന്നർത്ഥം- ആദിദ്രാവിഡർ. അവരുടെ രാജ്യങ്ങളിലേക്കുള്ള ആര്യന്മാരുടെ കടന്നുകയറ്റങ്ങൾ രണ്ട് ഇതിഹാസങ്ങളിലും നമുക്ക് ദർശിക്കാനാകും.
4. ആദ്യകാല ആര്യൻ കുടിയേറ്റക്കാരുടെ ദൈവം. ആദ്യമൊക്കെ

ദ്രാവിഡരുമായ് നിറഞ്ഞ സംഘർഷം. വ്രതനും ഇന്ദ്രനും തമ്മിൽ നീണ്ടുനിന്ന യുദ്ധങ്ങൾ ഓർക്കുക. നൂറ്റാണ്ടുകൾ പോകെ ഇന്ദ്രൻ നാഗരുമായ് അടുത്തു. പില്ക്കാല ആര്യകൃതികളിൽ ഇന്ദ്രൻ ഒരു പരിഹാസകഥാപാത്രമാണ്. കൃഷ്ണനെ, ബ്രാഹ്മണർ പുതിയ ദൈവമായ് (രണ്ടാം ആര്യ കുടിയേറ്റക്കാരുടെ) ഉയർത്തിക്കൊണ്ടു വന്നതോടെ ദ്രാവിഡരുടെ സുഹൃത്തായ് മാറിയ ഇന്ദ്രൻ ബഹിഷ്കൃതനുമായി.

സർപ്പസത്രത്തിന്റെ ഒടുവിൽ തക്ഷകനെ മരണത്തിൽ നിന്ന് താല്ക്കാലികമായി രക്ഷിച്ചു നിർത്തുന്നത് ഇന്ദ്രനാണ്. മരണത്തിൽ നിന്ന് പൂർണ്ണമായ് രക്ഷിക്കുന്നത് ആസ്തികനാണ് (ജരൽക്കാരു എന്ന് പേരുള്ള മുനിയുടെയും ജരൽക്കാരു എന്നുതന്നെ പേരുള്ള വാസുകീസോദരിയായ നാഗിയുടെയും മകൻ).

5. വാസുദേവ പദവിക്ക് വേണ്ടി അക്കാലം പലരും വാദം ഉന്നയിച്ചിരുന്നു. പൗണ്ഡ്രക വാസുദേവനെന്ന കപടവാസുദേവനെ കൃഷ്ണൻ യുദ്ധത്തിലൂടെ പരാജയപ്പെടുത്തിയത് ഓർക്കുക.

6. രാജ്യവിപുലനമായിരുന്നില്ല ഖാണ്ഡവദഹനത്തിന്റെ ഉദ്ദേശ്യം. സമ്പൂർണ്ണ വംശനാശനമായിരുന്നു. ദുര്യോധന പക്ഷത്തേക്കുള്ള നാഗരുടെ ചായ്വിനെ മുളയിലേ നുള്ളിക്കളയുന്നതിനുള്ള ഒരു തന്ത്രം. ആദ്യകാല ആര്യൻ കുടിയേറ്റക്കാരുടെ പക്ഷമാണ് ദുര്യോധനന്റെ പക്ഷം.

7. നാരായണനെന്നാൽ നാരത്തിൽ (ജലത്തിൽ) അയനം ചെയ്തവൻ എന്നർത്ഥം. അത് ബുദ്ധനെ ഓർമ്മിപ്പിക്കുന്നു. മഹായാന ബുദ്ധമതത്തിലെ ബോധിസത്വസങ്കല്പമാണ് പില്ക്കാല ഹിന്ദുമതത്തിലെ അവതാരസങ്കല്പമായ്ത്തീരുന്നത്. വാസുദേവ/നാരായണ/ മഹാവിഷ്ണു എന്നീ പേരുകൾ പരമദൈവത്തെ സൂചിപ്പിക്കുന്നു. ഈ സങ്കല്പങ്ങളുമായും വിഷ്ണു എന്ന പഴയകാല ആര്യദൈവസങ്കല്പവുമായും കൃഷ്ണകഥയെ കൂട്ടിച്ചേർത്താണ് ദൈവികകൃഷ്ണനുണ്ടാകുന്നത്. വിഷ്ണു എന്ന വേദകാലദേവൻ പിന്നീട് മഹാവിഷ്ണുവെന്ന പരമദൈവസങ്കല്പമായ് മാറുന്നു. വാസുദേവസങ്കല്പം ഉരുത്തിരിഞ്ഞു വരുന്നത് ജൈനദർശനങ്ങളിൽ നിന്നാണ്.

# കർഷകൻ

## 1

**പാ**ടത്തുനിന്നും മടങ്ങുന്നു കർഷകൻ
ദേഹത്ത് ചെളികൊണ്ട് ചിത്രം വരച്ചവൻ
സായന്തനത്തിന്റെ കുങ്കുമപ്പാതയിൽ
ഘനശ്യാമസൂര്യൻ പൊലിയുന്ന നേരം
ഒരു സ്നേഹമന്ത്രം നാവിൽ കൊരുത്തുകൊണ്ട-
കലുന്നു വേർപ്പിൽ തപിക്കും കിതപ്പുമായ്

സൂര്യന്റെ താപം സഹിച്ചതിനാലല്ലോ
കരിനീലവർണ്ണനായ്ത്തീർന്നവൻ സുന്ദരൻ
ഭൂമി തന്നാഴം തിരഞ്ഞതിനാലല്ലോ
വാനിലാ വന്മരം പന്തലിച്ചു
ദിക്കുകൾ നോക്കൂ; സുഭദ്രമാം ശാഖകൾ!
പൂവുകൾ; താരകമാകുന്ന നോവുകൾ!!
ചെങ്കോലുറപ്പിച്ച മർദ്ദകന്മാരല്ല-
പാരിന്നു വേണ്ടതീ സുസ്നേഹമൂർത്തികൾ!
പോരുകൾ വാഴ്ത്തുന്ന ശ്ലോകങ്ങളേയല്ല
മർത്ത്യർക്കു വേണ്ടതോ നേരിന്റെ പാട്ടുകൾ!

## 2

ഇവനേ നമുക്കു ഗുരു; മഹാമാനസൻ
ഇവൻ തന്നെ ഭൂമിതൻ ചാലകൻ, രക്ഷകൻ
സംസ്കാരമെല്ലാമിവന്റെ സംഭാവന
ഇവനില്ല വേഷം; വിനാശഗർവ്വങ്ങളും
വിഷമല്ലിവൻ; മണ്ണിനമൃതത്വമേകുവോൻ!
രക്തം വിയർപ്പാക്കിയന്നം വിളയിച്ചു
സ്വപ്നങ്ങളൊക്കെയും കർമ്മമാക്കി
വീടിനും നാടിനും നന്മയേ നല്കിയീ-
യുർവ്വിയെ സ്വർഗ്ഗവനികയാക്കി
തമ്മിൽപ്പിണങ്ങിക്കലഹിച്ചു മറ്റുള്ള-
വർഗ്ഗങ്ങൾ; നരകങ്ങൾ തീർക്കുമ്പൊഴൊക്കെയും
അദ്ധ്വാനമാണേക സത്യമെന്നോർത്തവൻ
സ്നേഹത്തിൻ വിത്തല്ലോ നട്ടു മണ്ണിൽ!
അവനായ് രചിക്കുക പുതിയ സംഗീതിക!
അവനേ മനുഷ്യന്റെ ധീരസംരക്ഷകൻ!!

## 3

ഇതിഹാസമെല്ലാം പടച്ച പുരോഹിതർ
ഇവനേകിയില്ല വിധിച്ച സിംഹാസനം
കാനനം തന്നേ നിനക്കു ഗതിയെന്ന്
ചാടുകൾ കാട്ടിച്ചിരിച്ചു നില്പുണ്ടവർ
മണ്ണിൽ മുളച്ച മഹാപ്രതാപങ്ങളെ
മണ്ണേപ്പിളർത്തിക്കെടുത്തിയോരാണവർ!
കൂട്ടരുമായിന്നും വേട്ടയാടുന്നു ഹാ!
വേട്ടയേ ജീവിതമെന്നു നിനപ്പവർ
അന്യനെ വഞ്ചിച്ചു ധർമ്മം വ്യസിപ്പവർ
എങ്ങനെ വാഴ്ത്താൻ ബലിഷ്ഠസത്യങ്ങളെ!!

# സ്നേഹസാബർമതി

ഇനി; ഒരു കവിത കുറിക്കാം
ഉയിർപ്പിന്റെ സ്നേഹസാബർമതിക്കായ്
വെളിച്ചങ്ങളൊക്കെ കെട്ടടങ്ങുംമുമ്പ്
നശിക്കാത്തൊരക്ഷരം കൊളുത്താം
ഇരുട്ടിന്റെ കോട്ടകൊത്തളങ്ങൾ
വിഴുങ്ങില്ല നമ്മളെ!

ആഞ്ഞടിക്കുന്നൂ കൊടുങ്കാറ്റുകൾ; വിഷം-
ചീറ്റി നില്ക്കുന്നൂ നിഴൽപ്പാമ്പുകൾ
നേരം ഇതാണ്! ഇതാണ്!! പരസ്പരം
കൂവിയാർക്കുന്നൂ കഴുകൻ കിനാവുകൾ

നേരിന്നുവേണ്ടി ജീവൻ വെടിഞ്ഞൊരച്ഛന്റെ
പട്ടട കെട്ടടങ്ങുംമുമ്പേ
അവകാശസമരങ്ങളുയരുന്നു പന്തലിൽ
മധുരം വിളമ്പുന്നു കൊലയാളിവൃന്ദവും

വെടിയേറ്റ് വീണത് വെറും ദേഹമല്ല
എന്റെ നാടിന്റെ ശ്വാസമാണ്
ഗതിയറ്റുപോയത് ആ വാഴ്‌വല്ല-
നാം നമ്മുടേതെന്ന് കരുതുന്ന ജീവിതം!

ഊന്നുവടിയെവിടെയോ നഷ്ടപ്പെട്ടൊ-
രന്ധനെപ്പോലിന്നു ഗ്രാമം ദുഃഖിക്കുന്നു

നഗരങ്ങളോ ശ്മശാനമൂകത
ദീനം കുടിച്ചിറക്കുന്നു
ആഴത്തിലാണെന്റെ മുറിവ്; ഹൃദയം-
ചോര പൂക്കും വസന്തശാഖിയാകുന്നു

രക്തം കനച്ചു കിടക്കുന്ന മാർത്തടം
ഭൗമദുഃഖം നിറഞ്ഞുപുകഞ്ഞോരു പർവ്വതം
സ്വപ്നം പൊലിഞ്ഞുപിളർന്നോരു സങ്കടം
മരണം വിതുമ്പിക്കരഞ്ഞുപോം ജീവിതം

ഇനിയില്ല സത്യം വചിച്ചോരു നാവ്
ഇനിയില്ല ദുഃഖം തടുത്തോരു ചാപം
ഇനിയില്ല ധർമ്മം തിളങ്ങുന്ന ഖഡ്ഗം
ഇനിയില്ല ബന്ധം വിളക്കുന്ന സ്നേഹം

ഇനിയുണ്ട് നോവിൽ ചിരിക്കുന്ന കൺകൾ
ഇനിയുണ്ട് സർവ്വം വിഴുങ്ങുന്ന വിനകൾ
ഇനിയുണ്ട് ലോഭം വിതയ്ക്കുന്ന വഴികൾ
ഇനിയുണ്ട് ചിരിയിൽ പതുങ്ങുന്ന കെണികൾ

കരയാതിരിക്കാം കിനാവിലും നമ്മോട്
കലഹങ്ങൾ കാട്ടാത്തൊരച്ഛന്റെയോർമ്മയിൽ!
പിരിയാതിരിക്കാം; ഏതിരുളിലും നമ്മൾക്ക്
താങ്ങായി നിന്നൊരാപ്പൊരുളിന്റെയോർമ്മയിൽ!!

# സത്യാനന്തരം

**നു**ണകളുടെ ലോകമാണമ്മേ; നട്ടുച്ച
വെയിലും നിലാവെന്നു തോന്നും
കൊലവിളികൾ; ഉയരുന്നൊരാർത്തനാദങ്ങളും
ശവമൊഴികളുതിരുന്ന മന്ത്രാക്ഷരങ്ങളും
അപരന്റെ ഹൃദയം തുരന്നു മുന്നേറുന്നൊ-
രതിമാത്സര്യത്തിന്റെ കുടിലതാളങ്ങളും
നന്മയെ ഭോഗിച്ച് തീയിട്ടുകൊല്ലുന്ന
കൈക്കരുത്തിന്റെ നശിച്ചബോദ്ധ്യങ്ങളും
ഞാൻ തന്നെ നീതിയെന്നുച്ചത്തിലാക്രോശ-
വാക്യം മുഴക്കുന്ന ഗർവ്വിന്റെ താളവും
ഞാനാണു രാഷ്ട്രമെന്നോതും വിപത്തിന്റെ
ക്രോധം ചുരത്തുന്ന ഹുങ്കാരഘോഷവും
ഒച്ചകൾ പൂവിട്ടുവാഴുന്ന ലോകത്ത്
നർത്തനം ചെയ്കയാണമ്മേ ബീഭത്സത

പഴമയുടെ പേരിൽ പുളയ്ക്കുന്ന ഭ്രാന്തിന്റെ
കുളയട്ട പാടുന്ന കാലം
പശുവിന്നു വേണ്ടിയും പള്ളിക്കുവേണ്ടിയും
രക്തം തെറിക്കുന്ന കാലം
പോത്തുകൾ ശാസ്ത്രജ്ഞരെന്ന നാട്യത്തിൽ
വേദങ്ങളോതുന്ന കാലം
മതിലുകൾ കെട്ടിത്തിരിച്ചു നാം ഹൃദയങ്ങൾ
മരുഭൂമിയാക്കുന്ന കാലം

ഘോരാന്ധകാരം പടർന്നു; വിശുദ്ധി തൻ
നിഴൽപോലുമകലുന്ന കാലം
ഇത് എന്റെ, അത് നിന്റെയെന്നുള്ള വിളികളാൽ
തെരുവുകൾ അലറുന്ന കാലം
ശബ്ദങ്ങളാണെന്റെ കാതിൽ; കിനാവിലും
മൗനമിന്നുണരാത്ത പുലരിയാകുന്നുവോ?

സോദരത്വത്തിൻ സവിശേഷസങ്കല്പ-
മൊക്കെ കടലെടുക്കുമ്പോൾ
മുകിലിനും മീതെയുയരുന്ന പ്രതിമയിൽ
മിഴിനട്ടു നാമിരിക്കുമ്പോൾ
പ്രതിമയ്ക്കു മീതെ പറക്കും പരുന്തിന്റെ
കാഷ്ഠം രുചിച്ചിരിക്കുമ്പോൾ
സമയമായില്ലെന്ന് ചൊല്ലും മഹത്തുക്കൾ
പൊന്നാട നേറ്റിരിക്കുമ്പോൾ
നമ്മളിൽ നാമെന്ന ബോധം പൊലിഞ്ഞിട്ട്
ലോകമേയന്യമാകുമ്പോൾ
അപകർഷതയ്ക്കു ഹാ! കീഴ്പ്പെട്ടു ജീവിത-
മാകെത്തുലഞ്ഞുപോകുമ്പോൾ
അനുസരണമടിമത്തമെല്ലാം പൊടുന്നനെ
നിയമമായ് ധ്വംസിച്ചിടുമ്പോൾ
മതിയായിതമ്മേ, സമാധാനമോഹി ഞാൻ
വാക്കിൽ പിടിമുറുക്കട്ടെ!

## ചിജ്ജഡചിന്തനം

മരണവീട്ടിലിരിക്കുകയാണു ഞാൻ
മരണമെന്നെ ഗ്രസിച്ചതുപോലെയും
പ്രാണനെന്നെ വെടിഞ്ഞതുപോലെയും

മരണപ്പെട്ടതെൻ മിത്രമോ ശത്രുവോ
എന്നറിയില്ലയെങ്കിലും മൂകമായ്
മരണവീട്ടിലിരിക്കുകയാണു ഞാൻ

പ്രണയപാശം വരിഞ്ഞ കൗമാരമോ
കുപിതലോകം വെടിഞ്ഞ വാർദ്ധക്യമോ
ചിതയിലെരിയുന്നതാരെന്നതറിയാതെ
ചിരിമറന്ന കിനാക്കളുമായിതാ
മരണവീട്ടിലിരിക്കുകയാണു ഞാൻ

പെരിയപാപം പുണർന്ന സഞ്ചാരിയോ
ചലനവേഗം മറന്ന വൈദേഹിയോ
തീപ്പെട്ടുപോകുന്നു; തീ തന്നെയല്ലയോ
എന്റെയുള്ളിലും എന്ന സത്ചിന്തയിൽ
നിഷ്പക്ഷനാടകം കണ്ടുകൊണ്ടങ്ങനെ
മരണവീട്ടിലിരിക്കുകയാണു ഞാൻ

ചിലർ മൃത്യുപത്രമായ് വിളറിനില്ക്കുന്നു
ചിലർ ചത്തനോവിന്റെയാഴം തിരയുന്നു

ചിലരൊക്കെയുള്ളിൽ ചുഴിഞ്ഞുനോക്കുന്നു
ചിലർ മാത്രമഴലിൽ തനിച്ചിരിക്കുന്നു

നല്ലവനെന്നേ പറയുന്നു നാട്ടുകാർ!
തൊട്ടുമുമ്പൊരു കെട്ടവനാണിവൻ!!
നല്ലുനല്ലതേ പറയുള്ളു നാട്ടുകാർ!
അതിനു നമ്മളെ കൊന്നും നാം നല്കണം!!

മരണവീട്ടിൽ മരിച്ചതല്ലാത്തതായ്
ചിതയിലെരിയുന്നവൻ മാത്രമോ ദൈവമേ?

# കുരീപ്പുഴാ... പ്രിയ കുരീപ്പുഴാ...

**കു**രീപ്പുഴാ... പ്രിയ കുരീപ്പുഴാ...
പലപാടു ഞങ്ങൾ മറന്നോരു
നിലപാടിന്റെ പേരാണു നീ

കവിതയിൽ ധീരനൂതനശബ്ദം; നാസ്തിക-
ധമനികൾ സ്ഫുടം ചെയ്ത നാദം

വേട്ടയാടുവാനെത്തും കഴുകുകൾ
തോറ്റുപിന്മാറുമാഗ്നേയ വീര്യമേ
കവിത സൗന്ദര്യം മാത്രമല്ലെന്നു നീ
തെരുവുതോറും പറഞ്ഞു വായ്ത്താരിയായ്

നോവു വാറ്റിയെടുത്ത നിൻ വാക്കുകൾ
എത്ര നിസ്വർതന്നാത്മഗാനങ്ങളായ്
കനലുകോരിയെടുത്ത നിൻ കൈകളി-
ലെത്ര നക്ഷത്രമുല്ലകൾ പെയ്തുപോയ്!

ജാതിനാഗം കടിച്ച ലക്ഷങ്ങളെ
കവിതയോതിയുണർത്തിയ വീര്യമേ
അന്ധകൂപത്തിലാണ്ട മതങ്ങളെ
നിന്നു പൊള്ളിച്ച കൊള്ളിയാൻ വെട്ടമേ

എത്രകാലം കഴിഞ്ഞാലുമോർമ്മയിൽ

നിന്നുമായില്ല നിന്റെ സങ്കീർത്തനം
എവിടെ മർത്ത്യത ദൈവീകഭ്രാന്തിന്റെ
മസ്തകം തല്ലിപ്പൊളിക്കുമ്പൊഴൊക്കെയും
കൂടെയുണ്ടാകും സഹോദരാ, സ്നേഹമേ!
ഞങ്ങൾ നിന്റെ പൊരുളിന്റെ കൂട്ടുകാർ!!

# വാക്ബലി

**മാ**ബലി; മഹത്തായ വാക്കിന്റെ ബലിയാണു നീ
മർത്ത്യരെന്നെന്നുമോർക്കുന്നൊരലിവാണു നീ
മണ്ണിന്നുവേണ്ടിക്കുതിക്കുന്ന ഗർവ്വിന്റെ
കാലിൽത്തറച്ചോരു മുള്ളാണു നീ
പൂണൂൽ ധരിക്കുന്നൊരാഭിചാരങ്ങൾ തൻ
കൺകൾ പിളർന്നോരു ശരമാണു നീ

മാംസം രുചിക്കുവാനെത്തും കഴുകിന്നു-
മഭയമേകും ബോധിവൃക്ഷമേ നീ
വാക്കാണു സത്യമെന്നോതുന്നൊരറിവിന്റെ
നിറവാണു നീ; ചിരഞ്ജീവിയാം സത്യം!

പെരുവിരലറുത്ത് തൻ ഗുരുവിനായ് നല്കുന്ന
ശിഷ്യനിൽ നീയുണ്ട്; താതവാക്കുകൾ പോലും
ത്യജിച്ച് തൻകുണ്ഡലം ശത്രുവിൻ പക്കൽ-
ക്കൊടുത്തോരു കർണ്ണനിൽ നീയുണ്ട്
ധർമ്മവ്യാധനിൽ, ഗുഹനിൽ, ഘടോൽക്കചനിൽ
നീയുണ്ട്; ത്യാഗമുടലാർന്നോരു രൂപം!
നീയുണ്ട്; ധർമ്മം വ്യസിപ്പോരു നാദം!!

തുച്ഛമാം ലക്ഷ്യം വെടിഞ്ഞ് മഹതികൾ
ഉന്നതാദർശം പുണരുമിടങ്ങളിൽ
ആചാരനിഷ്ഠയ്ക്കുമപ്പുറം നന്മകൾ

പൂത്തുനിറഞ്ഞു വിളങ്ങുമിടങ്ങളിൽ
നീയുണ്ട് പാരിൽ നരത്വം, മഹത്ത്വമായ്
മാറ്റുന്ന കർമ്മസങ്കല്പം!

വക്രനാമാര്യനെപ്പോലും സഹിച്ചോരു
കാടിന്റെ മകനാണു നീ; ആസുരൻ!
ശരിയായ ഭാരതീപുത്രൻ– ഈ നാടിന്റെ
ഗതിയായിരുന്നവൻ ബുദ്ധധർമ്മി!!
സുരകോടി നാണിച്ചുപോകുന്ന പുണ്യമായ്
നീ നാടു വാഴുന്ന കാലം
ദൈവങ്ങളെല്ലാം വിനാശമെന്നോർത്തു
സ്വസ്ഥാനത്തെയോർത്തു ഖേദിച്ചു

ഹേ ഭൂമിപുത്രാ, നിനക്കെന്റെ വന്ദനം!

ചുറ്റിലും പ്രച്ഛന്നവേഷങ്ങളാടുന്ന
കോലങ്ങൾ കണ്ട് തകർന്നിരിക്കുമ്പോൾ
വരിക, നീ മർത്ത്യന്റെ കഠിനകാലങ്ങളെ
തിരുവോണമാക്കുന്ന പാട്ടുമായ്!
ധർമ്മങ്ങൾ ശോഷിച്ച് വാമനത്വങ്ങളായ്
ഭോഗങ്ങൾ പൂക്കുമ്പൊഴെല്ലാം
വരിക, നീ ലോകം സമത്വത്തിലാളുന്നൊരാ–
സ്വപ്നമിന്നും തളിർക്കാൻ!!

# ജീവിതം

**ഒ**റ്റനിമിഷത്തിൻ തുമ്പിൽ നൃത്തമാടും
കനൽത്തുമ്പി നീ, ജീവിതം!
പൊഴിയുമീ വാക്കുകൾക്കിടയിൽ നാമൊ-
ന്നായിണങ്ങുന്ന താളമേ ജീവിതം

അഗ്നിക്കുവേണ്ടിത്തിളയ്ക്കുന്ന മർത്ത്യന്റെ
കഠിനാമാമദ്ധ്വാനമാർജ്ജവം ജീവിതം
മരണമാം ലോഹപ്പഴുപ്പിൽത്തിളയ്ക്കുന്ന
മാംസരാഗത്തിന്റെ മേളനം ജീവിതം
മാംസത്തിനുള്ളിൽപ്പിടയ്ക്കുന്ന നേരിന്റെ
രക്തപ്രവാഹമേ, വേഗമേ ജീവിതം!
പകലിന്റെ ചൂടിൽ, വിയർപ്പിൽക്കുളിച്ചു നാം
പോറ്റുന്ന സാഹോദര്യത്വമേ ജീവിതം
രാവിന്റെ മാറിൽപ്പുളച്ചുകുത്താടുന്ന
തൃഷ്ണകൾ കാക്കുന്ന ദീപമേ ജീവിതം

കാലങ്ങളായ്പ്പെയ്തു നില്ക്കുന്നൊരുണ്മതൻ
കാന്തിയും ശാന്തിയും കർമ്മവും ജീവിതം
ഗന്ധങ്ങളായ്, വർണ്ണസ്വപ്നങ്ങളായ് പൂത്തു-
നിറയും കണത്തിന്റെ പെരുകലേ ജീവിതം
മൃത്യുപുഷ്പങ്ങൾതൻ ഞെട്ടറുത്തീടുന്നൊ-
രാനന്ദരാഗമേ, യമൃതമേ ജീവിതം
പാപജന്മങ്ങളെ പൂക്കളായ് മാറ്റുന്ന
പുണ്യമേ, പൂവിടൽത്തന്മയേ ജീവിതം

സർവ്വവും നാമെന്നൊരറിവിന്റെ സാഗര-
ത്തുള്ളിയിൽത്തുള്ളും തുളുമ്പലേ ജീവിതം

നിനവുകൾ നിറയുന്ന മനസ്സുകൾക്കുള്ളിലെ
പൊരുളുകൾ തിരയുന്ന പൂക്കളം ജീവിതം
മൃഗപക്ഷിമത്സ്യസസ്യങ്ങളൊക്കെയും
പൊരുതിപ്പടരുന്ന പോർക്കളം ജീവിതം
അംബരാന്തങ്ങളിലുയിർക്കുന്ന നക്ഷത്ര-
ശോഭയേ, മോദപ്രകാശമേ ജീവിതം
മൗനരാഗങ്ങളായ്, പുലരിയിൽ വാഴ്‌വിന്റെ
പ്രഭ ചൊരിഞ്ഞീടുന്ന കിരണമേ ജീവിതം
സൂര്യന്റെ, ചന്ദ്രന്റെ, ഭൂമി തന്നുള്ളിലു-
മെരിയുന്ന കനലിന്റെയാളലേ ജീവിതം

കാലഘട്ടങ്ങളെക്കോരിത്തരിപ്പിച്ച
വാക്കിന്റെയുത്സവം കവിതയും ജീവിതം
അധികാരഗർവ്വിൽത്തുലഞ്ഞ ധർമ്മങ്ങളും
അമിതമമാർത്തിയും രതിയുമേ ജീവിതം
കഠിനകാലങ്ങളെ സൗവർണ്ണമാക്കുന്ന
കരളിൻ കുളിർമ്മയും നേർമ്മയും ജീവിതം
തെരുവിൽക്കിടപ്പോന്റെ കണ്ണീർത്തുടയ്ക്കുന്ന
കരുതലും സ്നേഹവും നന്മയും ജീവിതം
പടവെട്ടിപ്പോർവിളി മുഴക്കുന്ന വീറിന്റെ-
യർത്ഥമില്ലായ്മയും ശങ്കയും ജീവിതം

അലിവറ്റ ലോകത്തിൽ രാപ്പകലില്ലാതെ
നാമാടി നിറയുന്ന നാടകം ജീവിതം
അഴലുപോലെന്തോ തുളഞ്ഞുകേറുമ്പോ-
ളകതാരിലിതളിടും ഭീതിയേ ജീവിതം
ആർത്തിരമ്പും മർത്ത്യദാഹങ്ങളൊക്കെയും
കനലായ് മാറ്റുന്ന ഗ്രീഷ്മമേ ജീവിതം
എല്ലാം ത്യജിച്ചുകൊണ്ടെല്ലാം ന്യസിച്ചുകൊ-
ണ്ടെങ്ങോ കുതിക്കുന്നൊരിരുളല്ലി ജീവിതം!

മുറിവുകളല്ലാതെ മറ്റെന്ത് ജീവിതം? നീറുമീ-
മുറിവുകളിലല്ലാതെയെവിടാണ് ജീവിതം?

# നാട്ടുഗ്രന്ഥപ്പുര

**ചെ**റിയ കെട്ടിടമെങ്കിലു; മറിവിന്റെ-
വലിയ മന്ദിരം നാട്ടുഗ്രന്ഥപ്പുര
അക്ഷരങ്ങൾക്ക് പൂവനം- ഈ വനം!
പുസ്തകങ്ങൾക്കൊരാലയം താവളം!!
ഇവിടെ നിന്നാണുയിർക്കുന്നു പുലരികൾ
ഇവിടെ നിന്നേ പിറക്കുന്നു താരകൾ
ഇതുതന്നെ സംസ്കാരമുണരുന്ന ഭൂമിക!
ഇതുതന്നെ നാടിൻ പ്രകാശസംഗീതിക!!

നിത്യവെട്ടം കൊളുത്തും കിനാവുകൾ
പുസ്തകക്കെട്ടുകളായലമാരയിൽ
കാത്തിരിക്കുന്നു വിജ്ഞാനകുതുകിയാം
കൂട്ടുകാരനെ, വായനക്കാരനെ!
കിട്ടുമില്ലെങ്ങുമിതുപോലെ സൗഹൃദം
ജീവിതത്തെ വിശാലമാക്കും ഹൃദം
തെളിഞ്ഞ ചിന്തകൾ പകർന്നുനല്കുന്ന
വിശുദ്ധഗീതികൾ, സുഭദ്രദർശനം!

ഒന്നുനോക്കൂ- വാല്മീകി വ്യാസനും
കാളിദാസൻ, ടാഗോറു ഭാസനും
ചാരെയുണ്ടരിസ്റ്റോട്ടിലും ഷേക്സ്പിയറും
ചിന്തയേറുന്ന മാക്സേംഗൽസുമേ
പ്രേമസംഗീതമായ ചങ്ങമ്പുഴ

അക്ഷരത്തിന്റെ മാന്ത്രികൻ വൈമുബ[1]
വൈലോപ്പിള്ളി, കടമ്മനിടശ്ശേരിയും
എത്രയെത്രയോ വെട്ടത്തുരുത്തുകൾ!

കവിതയുള്ള കനൽവഴിത്താരകൾ
കഥകൾ പേറും നിഴൽമരക്കാടുകൾ
നാടകങ്ങളിതിഹാസഗാഥകൾ
നാട്ടുപാട്ടുകളായ ചരിത്രങ്ങൾ
എഴുത്തച്ഛന്റെ, ആശാന്റെ മതിവരാഗീതികൾ
ഗാന്ധി പണ്ട് പകർന്ന സദ്‌വാക്കുകൾ
നാണുഗുരുവിന്റെ തത്ത്വസല്ലാപങ്ങൾ
ബുദ്ധനേരിൽ വിളഞ്ഞ നൽമുത്തുകൾ
ചെഗ്വേര, നെഹ്റുമാർ കരുതിയ ചിന്തകൾ
കൈരളിക്കുറ്റൊരീയെമ്മസിൻ വാക്കുകൾ
ഒന്നുചേർന്നിവിടൊന്നായിരിക്കുന്നു
പലപുഴകൾ ചേർന്നാഴിയാകുന്ന പോൽ!
മലയാളി പേറുന്ന സൗവർണ്ണമുദ്രകൾ!
നമ്മെ നാമാക്കുമുണ്മതൻ വേരുകൾ!!

ജാതിരഹിതമായ് മതങ്ങൾക്കുമുപരിയായ്
മനുഷ്യനേരിനെ കാണാൻ പഠിപ്പിച്ച
നാട്ടുഗ്രന്ഥപ്പുരേ; ജ്ഞാനമാകുന്നു ദൈവതം!
ഏതു ദേവാലയത്തിനും മേലെ നീ, പുണ്യമേ!!

## കുറിപ്പ്

1. വൈക്കം മുഹമ്മദ് ബഷീർ

# നാലുകെട്ട്

സന്ധ്യ,
ആരും ക്ഷണിക്കാതെ വന്നു
പകലിന്റെ കോലായിൽ
കാൽനീട്ടിയിരുന്നു
മുറുക്കാൻ ചെല്ലമഴിച്ചു
നാലുംകൂട്ടി മുറുക്കി
നീ നീട്ടിത്തുപ്പി

തറവാടിൻ ജാതകം മാറിപ്പോയി
വെട്ടങ്ങൾ കെട്ടുംപോയി

അകത്തും പുറത്തും
നിന്റെ കാല്പ്പാടുകൾ മാത്രം

പുറപ്പെട്ടുപോയവർ
തിരികെയെത്താൻ മടിച്ചു
അകത്തിരുന്നോരോ
പുറം കടക്കാൻ ഭയന്നു

തലയിൽ കൈവച്ചിരിപ്പാണ്
പഴയ കോന്തനമ്മാവൻ

നിന്നെ
കണികണ്ട നിമിഷത്തെ പഴിച്ചും
സ്വയം ശപിച്ചും
മരണത്തെയോർത്തുമങ്ങനെ

# എങ്ങനെ?

**1. മരം അമരമാകുന്നതെങ്ങനെ?**

**മ**രം
അമരമാകുന്നതെങ്ങനെ?

വേരുകൾ
നേരുകൾ തേടി-
യാഴം തിരഞ്ഞുപോകുമ്പോൾ

പെരിയ തായ്ത്തടി
തളിർശാഖകൾ നീർത്തി
ഗഗനദീപ്തിയിലുമ്മവയ്ക്കുമ്പോൾ

ഇലത്തളിരുകൾ
മേഘം കുടഞ്ഞ മൗനത്തിൻ
മഴയിൽ കുളിച്ചുനില്ക്കുമ്പോൾ

സ്വപ്നവാസന്തമായ്
പുഷ്പഹാസങ്ങളുടലിൽ
അഴകായ് പൊടിച്ചുവിടരുമ്പോൾ

പൊലിയുന്നതിൻ മുമ്പ്
പുനർജ്ജന്മമേകാൻ
കായ്കൾ പുണർന്നുപുലരുമ്പോൾ

## 2. പുഴ കവിതയാകുന്നതെങ്ങനെ?

**പു**ഴ
കവിതയാകുന്നതെങ്ങനെ?

പുഴയ്ക്ക്
പുഴയാകാതെ വയ്യെന്ന
ചിരകാലവേദന
ഒഴുകലിലേക്ക് പരിണമിക്കുമ്പോൾ
ഒഴുകലിൽ
വാക്കു തിരയിളക്കുമ്പോൾ
തിരകളിൽ
ജീവിതം നൃത്തമാടുമ്പോൾ
നൃത്തം
കവിതതൻ ദിക്കു തേടുമ്പോൾ
കവിതയിൽ
വാക്കുകളുറിയെത്തുമ്പോൾ

പുഴ
കവിതയായിടാം
കവിത പുഴയുമായിടാം

# കൊതി

സഞ്ചരിക്കുന്നൊരു
മരമാകുവാൻ കൊതി

തണലിറ്റു തേടിക്കിതയ്ക്കുന്ന ലോകം
ചൂടിൽ പുകഞ്ഞുരുകുമ്പോൾ

മാരിതൂകുന്നൊരു
മുകിലാകുവാൻ കൊതി

മരുഭൂദിനങ്ങളിൽ മരണമുച്ഛ്വണ്ഡമായ്
അഗ്നിയിൽ നൃത്തമാടുമ്പോൾ

വാക്കുയിർക്കുന്നൊരു
നാവാകുവാൻ കൊതി

ഭയത്തിന്റെ ശാപം ഗ്രസിച്ചിട്ട് മാമുനീ-
വൃന്ദം മുനിഞ്ഞിരിക്കുമ്പോൾ

മണലിലെഴുതുന്നൊരു
പുഴുവാകുവാൻ കൊതി

വേദമെന്നോർത്തു ചപലർ കുറിക്കുന്നൊ-
രോലകൾ ചിതലരിക്കുമ്പോൾ

നൃത്തമാടുന്നൊരു
നക്ഷത്രമാകാൻ കൊതി

പാദങ്ങളുണ്ടെന്ന ന്യായം പറഞ്ഞിട്ട്
പാപികൾ നൃത്തമാടുമ്പോൾ

പാട്ടുപാടുന്നൊരു
പക്ഷിയാകാൻ കൊതി

ഗന്ധർവ്വസംഗീതമൊക്കെയും സ്വാർത്ഥമാം
തിന്മയാൽ പൂത്തുലയുമ്പോൾ

മനുഷ്യത്വമുള്ളൊരു
മനുഷ്യനാകാൻ കൊതി

ദൈവങ്ങളെല്ലാം തുലഞ്ഞിട്ട് ഭൂമിയിൽ
ജീവിതം വ്യർത്ഥമാകുമ്പോൾ!

## അവനിവൻ

**ഹാ**യ്! വരുന്നതാര്
വിശിഷ്ടനാമൊരു
വ്യക്തി തന്നെ
പേരു കൊള്ളാം
ആളു കൊള്ളാം
വേഷവും കൊള്ളാം

സത്യവാക്കിൽ ഹരിശ്ചന്ദ്രൻ
ചൂതിലവനോ ശകുനിതാനും
പഴയതെല്ലാം നല്ലതെന്ന
ചതിയിൽ നമ്മെത്തളയ്ക്കുമ്പോൾ
പുതുമ തേടി കൂത്തരങ്ങിൽ
അവനല്ലോ കുതികുതിപ്പു

സദാചാരം ചർച്ചയാകും
നേരമൊക്കെ രാമനാകും
ഒളിയിടത്തിലവൻ തന്ന
രാസകേളീലീലയാടും

സംസ്കാരം മൈക്കിലൂടെ
ചീറ്റിടുമ്പോൾ ഉല്പതിഷ്ണു
വീട്ടിലെത്തി കതകടച്ചാൽ
ശിങ്കിടിപ്പണി ഭക്തരോഗം

പെമ്പിറന്നോൾ പറയുമല്ലോ
നിയമമെല്ലാം, ചർച്ചയില്ല

നൂലുകെട്ട്, പാലുകാച്ച്
മാമോദീസ, തിരണ്ടുകുളി
സുന്നത്ത് കല്യാണം, വെഞ്ചെരിപ്പ്
കൂട്ടപ്രാർത്ഥന, യോഗാഭ്യാസം

എന്തുവേണം ഏതുവേണം
എപ്രകാരം വീടുവേണം
വീട്ടിനുള്ളിലാരു വേണം
ആരിലെല്ലാം ദൃഷ്ടി വേണം

വീട്ടിലുള്ളോൾ പറയുമത്രേ
നാവടക്കു പണിയെടുക്കു

വീട്ടകത്തിൽ വിടുപണി
നാട്ടകത്തിലധികാരിയും
ഇവനു തക്ക വിശേഷണങ്ങൾ
ഇല്ല ശബ്ദതാരാവലിക്കും

വമ്പുകാട്ടാൻ മനുഷ്യത്വം
വാക്കിനുള്ളിൽ കരുതിയാലും
നാക്കിനുള്ളിൽ നോക്കിനുള്ളിൽ
മൃഗം തന്നെ മിടുമിടുക്കൻ

ശരി മാത്രം ചെയ്യുമിവനെ
കണ്ടിടാമേ ചാരെയെന്നും
മിഴിതെറ്റിത്തളർന്നീടിൽ
ഉള്ളിലും അവനേറിയാടും

കുടഞ്ഞെറിയൂ നിമിതോറും
നിങ്ങളിൽ നിന്നല്പനവനെ
അല്ലെങ്കിലവനോ മാറ്റുമല്ലോ
അവനേപ്പോൽ നിങ്ങളെയും!

# കൃഷി

**ചെ**ടികളേക്കാൾ ചെടികളായ
കളകളാണെങ്ങും

ചൊടിക്കുന്നൂ
കർഷകൻ

ഉച്ചത്തിലത് കേട്ടു
നില്ക്കുന്നൂ പുതുമകൻ

പരിഹാരം
പൊടുന്നനെ

കളകൾ വളർത്തുക
മുറ്റത്തും പറമ്പിലും
തൊടിയിലും വരമ്പിലും
വെളിച്ചം കണ്ടാലുദിക്കും
ചെളിക്കുഴിയിലും
നാട്ടിടവഴിയിലും

കളകളേറെയാകുമ്പോ-
ളവയ്ക്കിടയിൽ
ചില ചെടികൾ വളർന്നിടാം
അവ, കളകളേക്കാളധികം
വളർന്നിടാം

ചെടികൾക്കിടയിൽ
കള വളർത്തുവതേക്കാൾ
കളകൾക്കിടയിൽ
ചെടി വളർത്തുവതേയുത്തമം

ചൊല്ലുന്നു പുതുമകൻ
സ്വകാര്യം, സുകാര്യം!

ഇതേ പുതിയ ജാതകം!
ചതുര ജനിതകം!!

## നേതി നേതി

ഭക്തി
എന്താണെന്ന്
ഞാൻ നിങ്ങളോട് പറയാം

ദേവാലയത്തിൽ ചെന്ന്
കണ്ണടച്ച്
മുട്ടുകുത്തി
പ്രാർത്ഥിക്കുന്ന കാപട്യത്തെക്കുറിച്ചല്ല

കണക്കു കൂട്ടി
മുനയുരച്ച്
ശത്രുവിനെ വകവരുത്തുന്ന
എല്ലാക്കാലത്തേക്കുമുള്ള
ആ ചതിയെക്കുറിച്ചല്ല

ഇണയെ കൂട്ടിലിട്ട് വളർത്തി
അതിന്റെ ചിറകുകൾ ഞെരിച്ച്
വികാസമാണ് ജീവിതം എന്ന്
അതിനോട് വീമ്പടിക്കുന്ന
ആകാശത്തിന്റെ ഗർവ്വിനെക്കുറിച്ചല്ല

അന്യമതത്തിൽപ്പെട്ടതിന്റെ പേരിൽ
ബാലികയെ ചുട്ടുകൊല്ലുന്ന

ഗർഭിണിയുടെ ഉദരം പിളർക്കുന്ന
വൃദ്ധയുടെ മൗനം തകർക്കുന്ന
ആ നശിച്ച വാദങ്ങളെക്കുറിച്ചല്ല

ധർമ്മത്തിൽ ധർമ്മമായ
ആ തനിമയെക്കുറിച്ച്
സഹജാവബോധത്തിന്റെ
ആഴങ്ങളെക്കുറിച്ച്
വിനയപ്പെടലിന്റെ
വിലോഭനീയതയെക്കുറിച്ച്
ആനന്ദമാകലിന്റെ
അസുലഭതയെക്കുറിച്ച്
ഞാനും നീയും
ഒന്നായിത്തീരുന്നതിന്റെ
മഹനീയതയെക്കുറിച്ച്

ഇനി
ഭക്തി
എന്താകണമെന്ന്
ഞാൻ നിങ്ങളോട് പറയാം

അത് ഇലയായിരിക്കുമ്പോൾ
മരമാണെന്ന ബോദ്ധ്യപ്പെടലാണ്
നീർക്കുമിളയാകുമ്പോൾ പോലും
താൻ സാഗരമെന്നറിയുന്നതാണ്
പർവ്വതം, കാറ്റ്, മഞ്ഞ്, മേഘം,
മനുഷ്യൻ, പുഴു, പൂമ്പാറ്റ, മണ്ണ്
ഒക്കെയും വേറല്ലെന്നറിയുന്നതാണ്
നാം വലിയൊരു ചങ്ങലയുടെ
ഭാഗമാണെന്നും
ഒരു കണ്ണിയായ് സ്വയം കരുതി
മാറിനില്ക്കുന്നത് നന്നല്ലെന്നും
എല്ലായ്പ്പോഴും ഓർക്കുന്നതാണത്

## വിശപ്പിന്റെ വേദം

'സ്വർഗ്ഗ'മെന്നുള്ളോരു
ഹോട്ടലിൻ മുന്നിൽ
വിശക്കുന്ന മർത്ത്യരെ-
യാട്ടിത്തെളിക്കാൻ
നില്ക്കുന്നൊരമ്മ ഹാ!
ജീവിതാന്ത്യത്തിൽ
തൻകൊറ്റിനായ്
വിഷാദാർദ്രയായ്

നട്ടുച്ചനേരം
അതിഗ്രീഷ്മവാനം

നില്ക്കുന്നു കൈകൊട്ടി
പാവം വിശപ്പിൽ

ഇവളേ സഹിപ്പിൽ
പരമോന്നതസ്ഥ
ഗാന്ധാരിപോലും
തൊഴുന്നോരു ഖേദം
മക്കൾക്കുവേണ്ടി-
പ്പനിച്ചോരു ഭൂതം
വർത്തമാനത്തിൽ-
ത്തപിച്ചേയിരിപ്പൂ

സ്വന്തം തടിതന്നെ
സത്യമെന്നോർക്കും
ലോകർക്കിതെല്ലാം
പരിഹാസ്യനാട്യം
മരണത്തിലേക്കു
കുതിക്കുന്ന ജീവൻ
മരവിപ്പിതെല്ലാം
ത്യജിച്ചേ പറക്കും

പരിക്ഷീണരായ്-
പ്പിറക്കുന്ന മർത്ത്യർ
പരിത്യക്തരായ്-
പ്പിരിയുന്നു കഷ്ടം!
വിശപ്പിന്നു വേണ്ടി-
പ്പുളയ്ക്കുന്നു ലോകം
വിശന്നിട്ടു തന്നെ
കിതയ്ക്കുന്നു കാലം

അന്നത്തിനായെത്ര
യുദ്ധങ്ങളുണ്ടായ്!
യുദ്ധങ്ങളെല്ലാം
ചരിത്രങ്ങളായ്!
അന്നം ഭുജിച്ചവൻ
അധികാരിയായി
ചരിത്രം പഠിച്ചവൻ
ചിതൽപ്പുറ്റുമായി

തെരുവിൽക്കിടപ്പോന്റെ
കണ്ണീർ തുടയ്ക്കാൻ
ഇല്ലാ, വരില്ലാരു
ദൈവവും മണ്ണിൽ
തന്നിലേക്കെല്ലാം
വലിക്കുന്ന തുമ്പ
അന്യർക്കു നല്കാൻ
സ്വതവേ മടിക്കും!

വിശക്കുന്നൊരമ്മേ
ഉദിക്കട്ടെ നാളെ

നിനക്കായ്ത്തുടിക്കും
മറുസൂര്യവീര്യം!
ഈ ലോകരല്ല
നിനക്കുറ്റ ബന്ധു
നിന്റെ രാജ്യം വരും!
നീ തന്നെ മോക്ഷം!!

# കാളിദാസ വിലാസമേ

ഇരിക്കുന്ന കൊമ്പ്
മുറിച്ചതുകൊണ്ട്
കാളിദാസൻ കവിയായി

ഇരിക്കുന്ന കൊമ്പ്
മുറിക്കുന്നവരെല്ലാം
പക്ഷേ, കവിയാകില്ല

കാളിദാസന്
വാക്ക്
കാളിയായിരുന്നു
കാളിദാസൻ
മറ്റാരുടെയും ദാസനായിരുന്നില്ല

മനുഷ്യരുടെ ദാസന്
ഒരിക്കലും
കാളിയുടെ ദാസനാകാനാവില്ല

കാളി
എന്നാൽ കറുത്ത വാക്ക്

കറുത്ത വാക്കിനെ
പാട്ടിലാക്കി
ദാസൻ

നക്ഷത്രമാക്കി

ആ നക്ഷത്രം
സൗന്ദര്യം സൃഷ്ടിച്ചു
സൗന്ദര്യം
അനശ്വരത സൃഷ്ടിച്ചു

ആ അനശ്വരതയുടെ
നിഴൽ പറ്റിയാണ്
നാം
കാളിദാസനെ നോക്കുന്നത്

അതിനാലാണ്
അനശ്വരത
ഇത്ര വിശാലമായത്!

# കുടുമി

**പ**ഠിച്ചതേ പാടൂ
എന്നു പറയുന്നൊരു
മണ്ടൻകഴുത-
യിരിപ്പുണ്ടമ്മാവാ
നിങ്ങടെ കുടുമ്മിത്തലേൽ
അതിനിഷ്ടപ്പെടില്ലിഷ്ടാ
എത്ര നന്നായാലും
പുതിയൊരു പാട്ട്

അത് എല്ലായ്പ്പോഴും
പാരമ്പര്യത്തിന്റെ
ഏടുകൾ മറിച്ചുകൊണ്ടിരിക്കും

പുതിയതൊന്നും കുറിച്ചുവയ്ക്കാൻ
അതിനാവില്ല
അതിനാലിങ്ങനെ
ഇറയത്താകെ തുപ്പിയിരിക്കുന്നു

പുതുമുകുളങ്ങൾ മുറ്റത്തെല്ലാം
പൂത്തുതളിർക്കുമ്പോൾ

## ഹിമവാനെപ്പോലെ ഉത്തുംഗനായ കവിത

**നി**സ്സഹായനെങ്കിലും
സ്വതന്ത്രനായ കവിത
തെരുവു മുറിച്ചു കടക്കുന്നു

നിലവിളികളിൽ നിന്ന്
പുതിയമുദ്രകൾ പിറക്കുമെന്ന
ഉറപ്പ്
ഒന്നുകൂടി
ഓർമ്മിപ്പിക്കും പോലെ

നിരാശ്രയനെങ്കിലും
നിർഭീതനായ കവിത
ജനക്കൂട്ടത്തിനു നടുവിൽ
ഒറ്റയ്ക്ക് നില്ക്കുന്നു

ആകെ അലങ്കോലമെങ്കിലും
സർവ്വവും ഒരു ദിനം
നേരെയാകുമെന്ന പ്രതീക്ഷ
പങ്കുവയ്ക്കാനെന്നവിധം

നേരെ
നടുവിർത്തി
ആകാശത്തിലേക്ക് നോക്കി
ഒരക്ഷരം പോലെ

നിരാധാരനെങ്കിലും
പ്രസക്തനായ കവിത
ഓരോരുത്തരിലേക്കും
ചിറകുവിരിക്കുന്നു

വെളിച്ചമില്ലാത്ത പകലുകളാണ്
പതുങ്ങുന്നതെങ്കിലും
ഈണമില്ലാത്ത മൗനങ്ങളാണ്
മുഴങ്ങുന്നതെങ്കിലും
ഒരിക്കൽ എല്ലാ വക്രതകളും
നേരെയാകുമെന്ന അറിവിലേക്ക്

വിലങ്ങനെ
അങ്ങനെ

വിനയാന്വിതനെങ്കിലും
മനസ്സൈഥര്യത്തിൽ
ഹിമവാനെപ്പോലെ
ഉത്തുംഗനായ കവിത

തെരുവു
മുറിച്ചു കടക്കുന്നു

അപ്രതിരോധ്യനായ്
അക്ഷമനായ്
അക്ഷരനായ്

# കാമരൂപൻ

ഉരുളുകയാണ്
കാമം
ഗോളരൂപം
ഒരസ്ത്രമാകാൻ

പിമ്പേ പായുന്നതാരിവർ?
രാജപക്ഷപാതികൾ?
വിപ്ലവപ്പോരാളികൾ?

യുദ്ധമാകാനിടയുള്ള
സംഭോഗസംഗീതമേ!

കാൽച്ചുവട്ടിൽ
പച്ച തഴയ്ക്കുന്നു
സിരകളിൽ
വേർപ്പും കിനാവും
ജ്വലിക്കുന്നഭംഗുരം

പതിനൊന്നുപേരുടെ രക്തം
ഒരേ ചാലായൊഴുകുന്നു

ലോകം നിശ്ചലമാകും
പൂർണ്ണവിരാമം തന്നെ
പന്ത്

ഒരർത്ഥത്തിൽ
ഭൂഗോളമല്ലാതെ മറ്റെന്ത്?

ജീവിതം ദുരന്തമോ
വ്യഥിതഫലിതമോ ആകാം
എങ്കിലും
അരക്ഷിതർ നമ്മളീ
ഭൂമിയെ
കാൽപ്പന്തുസമമായ്
തട്ടിയാട്ടും
എന്ന ഭ്രാന്തൻപരികല്പന
മൈതാനമാകെ ആഞ്ഞടിക്കുന്നു

കൊല്ലപ്പെടുന്ന നിമിഷത്തിൽ
അവസാന വെട്ട്
കടുംവെട്ടന്നറിയുന്നവന്റെ
തെളിനീലബോധം
ഘനീഭവിക്കയാലാകണം
ഗോളി ഏകനാകുന്നതും
മൃത്യു ഞെട്ടലാകുന്നതും

അവർ ജയിക്കുമോ എന്ന
ഭയത്തെ അതിജീവിച്ച്
നാം നിലനില്ക്കണം എന്ന
സ്വാർത്ഥത്തെയും ത്യജിച്ച്
ഏതെങ്കിലും പോസ്റ്റിൽ
ഒരു ഗോൾ പിറക്കണം
എന്ന പ്രാർത്ഥന
ദൈവം മനുഷ്യരൂപത്തി-
ലൊരുനാളിലെത്തും
എന്ന വ്യർത്ഥസ്വപ്നം തന്നെ

വിരസമായ സമനില-
യാകാതിരിക്കട്ടെ ജീവിതം
എന്ന ചിന്തയിൽ
ആർത്തലയ്ക്കുന്നു
ലോകവും കാലവും

വരിക, പായാം
പന്തിന്റെ പിമ്പേ
പന്തായ് തന്നെ.

# ഈ കൊടിമരം
# ഞാൻ ഇവിടെ ഉയർത്തുന്നു

**അ**വർ പറയുന്നു
കിളികളുടെ പാട്ടിൽ നിന്ന്
വസന്തങ്ങൾ
വേർതിരിക്കണമെന്ന്

മഴയുടെ
മൗനങ്ങളിൽ നിന്ന്
മേഘരാഗങ്ങൾ

വാനത്തിൽ നിന്ന്
നീല
സൗഹൃദത്തിൽ നിന്ന്
സാഹോദര്യം
മതത്തിൽ നിന്ന്
മന്ദഹാസം
സഹവർത്തിത്വത്തിൽ നിന്ന്
സമാധാനം

ഒക്കെയും
ചിതറിക്കണമെന്ന്
സർവ്വതും
വേർതിരിക്കണമെന്ന്

എല്ലാം
കൊഴിച്ചു കളയണമെന്ന്
തകിടം മറിക്കണമെന്ന്

ഉന്നതികൾ
കെടുതികളാകണമെന്ന്
ആനന്ദം
കലാപത്തിന് വഴിമാറണമെന്ന്
സ്വാതന്ത്ര്യം
അവരുടെ ചങ്ങലയിലൊതുക്കണമെന്ന്
ജീവിതം
മരണത്തിന്റെ
ഒച്ച മാത്രമാകണമെന്ന്

അവർ ശഠിക്കുന്നു

ഭൂമി നരകമാകണമെന്ന്
അവരുടെ പുസ്തകത്തിലെ
നരകം പോലെ
ലോകം മാറണമെന്ന്
മനുഷ്യർ
മനുഷ്യരല്ലാതാകണമെന്ന്
അന്നത്തിന് പകരം
നമ്മളെപ്പോഴും
ദൈവങ്ങളെ,
മതങ്ങളെ
വിഴുങ്ങിക്കൊണ്ടിരിക്കണമെന്ന്
ഹൃദയം ഒരടഞ്ഞ കൂടാകണമെന്ന്
അടഞ്ഞ കൂട്ടിൽ
അവർ മാത്രമാകണമെന്ന്

അവർ ആക്രോശിക്കുന്നു

അവർ അക്രമത്തിന്റെ
പാത സ്വീകരിക്കുന്നു
അതിനാൽ
അവരോട് പൊറുക്കാൻ
നമുക്കാവില്ല

നമുക്ക്
പ്രതിഷേധിക്കേണ്ടി വരും
പ്രതിരോധിക്കേണ്ടി വരും

അതിനാൽ
ഈ
കൊടിമരം
ഞാൻ
ഇവിടെ ഉയർത്തുന്നു

ഇതിന്റെ പേര്
കവിത

## അനന്തരം

പ്രണയത്തെക്കുറിച്ചിനി
എന്തെഴുതാനാണ്?

പ്രണയങ്ങളെല്ലാം
കടലെടുത്തില്ലേ...

വാഴ്വിന്റെ നോവുകൾ
ആരോട് പറയണം?

രക്ഷകരൊക്കെയും
കഴുവേറിക്കഴിഞ്ഞില്ലേ...

ധർമ്മത്തെക്കുറിച്ചൊക്കെ
ഇനിയാരു പാടും?

അത് വെറും ഭിക്ഷയായ്
മാറ്റിക്കളഞ്ഞില്ലേ...

സത്യവെളിച്ചം ദർശിക്കാൻ
എവിടേക്ക് പോകണം?

എല്ലായിടത്തുമാ
മിഥ്യ ഭരിക്കുകയല്ലേ...

കവിതയിൽ കേവലം
വാക്കുകളായ് കഴിയാം

അതുതന്നെ ജീവിതം
പ്രാർത്ഥന, മോക്ഷവും!

# അടക്കം

**അ**ടക്കം കഴിഞ്ഞെന്ന്
പറഞ്ഞു പിരിഞ്ഞവർ
വെടിഞ്ഞ മൃതിയിടം

അടങ്ങാനാവാതെന്നാൽ
കുഴിയിൽ കിടക്കുന്നു
പരേതൻ, നിരാലംബൻ

ഏവരുമുപേക്ഷിക്കും
ജഡമായ് പോകേണ്ടുന്നോർ
നിറയെ ചിരിക്കുന്നു
(ചത്തവൻ ഞാനാണല്ലോ!)

ഒരിക്കൽ വിനോദത്തിൻ
വഴിയിൽ ചിരിച്ചവർ
വിതുമ്പും വിഷാദത്തിൻ
രതിയിൽ പുണർന്നവർ
പിടഞ്ഞു പാഞ്ഞോടുന്നു
തിരക്കിൻ തീവണ്ടിയിൽ

സുഹൃത്തേ, സ്വാഭിമാനം
സർവ്വവും മറക്കുന്ന
വിപത്തേ, സഗദ്ഗദം
ഞാനൊന്നു ചോദിച്ചോട്ടെ–

മണ്ണിന്റെയാഴങ്ങളിൽ
അടച്ചാലടങ്ങുമോ
ഒരുവന്റെ തീരാത്ത വികാരങ്ങൾ?
ഒടുങ്ങാ പ്രതീക്ഷകൾ?
കണ്ടിട്ടും മതിവരാ-
സ്വപ്നങ്ങൾ, വ്യാമോഹങ്ങൾ?

ഇത്തിരി മണ്ണിട്ടു ഹാ!
കുഴിയും മൂടി, ദൂരെ
മറവൂ പന്നിക്കൂട്ടം!
മാനവനല്ലല്ലോ ഞാൻ
പ്രേതമേ, നമസ്കാരം!!

# അതിജീവനം

**അ**ർദ്ധമാനസർ നാമർത്ഥരഹിതമാ-
മർദ്ധസുഷുപ്തിയിൽ മാഴ്കുവോർ
വ്യർത്ഥപൂർണ്ണമായ് ജീവന്റെ വേരുകൾ
മാന്തിമാന്തിയിരിക്കും കിനാവുകൾ

ശില്പഭംഗിയിൽ ജീവിതാരംഭത്തിൽ
ഉയരെ നിന്നോരഭിമാനഭംഗികൾ
ദ്രവസ്വഭാവിയായ് മാറുന്ന സന്ധ്യയിൽ
ചിരികൾ പോലും ചതിക്കും ചിതകളാം

ചകിതനീതികൾ ലോഹാക്ഷരങ്ങളിൽ
പതിതരാഗം ഞെരിച്ചമർത്തുമ്പോൾ
വിങ്ങിവളരും സ്നേഹക്ഷതങ്ങളിൽ
കാത്തിരിക്കുവതേതു സൗഗന്ധികം?

കുപിതകാലം ചൊടിച്ചുണർത്തുന്നൊരീ
വിഷയദാഹം കെടുത്താൻ ശ്രമിക്കവേ
തളിരിടുന്നു വിഷാദം വിനാശമായ്
അതിരിടുന്നു ഹാ! വാനവും ഭൂമിയും

നിറയെ പൂത്തുതളിർത്തോരു വൃക്ഷവും
വേരുണങ്ങിത്തളർന്നു പതിച്ചിടാം
വെട്ടിവെട്ടിത്തിളങ്ങുന്ന താരവും

കൂരിരുട്ടിന്റെ കുടാരമായിടാം

എത്ര ഖേദങ്ങൾ പ്രളയമായ് നമ്മുടെ
ഭഗ്നജീവിതം വേദനിപ്പിക്കിലും
എത്ര നോവുകൾ ആഴത്തിൽ നമ്മുടെ
പ്രാണതന്തുവെ ധ്വംസിക്കുമെങ്കിലും

മൃതനിശ്ശബ്ദത വാഴുന്ന ഭൂമിക
പുതിയ പുലരിയെ വെഞ്ചെരിപ്പിക്കും!
പാറപോലും പിളർന്നു പുനർജ്ജനി
സലിലധാരയായാവിർഭവിക്കും!!

# വീട്

ഇന്നോരോ മനുഷ്യരും
വാതിൽ, ജനാലകൾ
അടച്ചിട്ട വീടുകൾ

അഞ്ചാൾപ്പൊക്കത്തിൽ
ചുറ്റുമതിൽ
അതിൽ കുപ്പിച്ചില്ലും

കരുണയെന്നാകാം
വീട്ടുനാമം
അകമേ കരുണയില്ലാത്തവർ

എപ്പോഴും
വനനിയമം
കാത്തുകൊള്ളുവോർ
വെളുക്കെയുള്ള ചിരിയിൽ
അതിവിദഗ്ദ്ധമായ്
നാം മൂടിവയ്ക്കുന്നു
അപരനോടുള്ള നിസ്സംഗഭാവം
വിശുദ്ധമായിത്തന്നെ

തമ്മിൽ മിണ്ടുവാൻ
നേരമില്ലാത്തവർ

കളിപറയുവാൻ ഹൃദയമില്ലാത്തവർ
അന്യന്റെ കുതിപ്പുകളൊക്കെയും
കിതപ്പായ്ത്തീരണേ
എന്ന് പ്രാർത്ഥന ചെയ്‌വവർ

ആരും കാണാതിരിക്കുകിൽ
ഏതധർമ്മവും നാം ചെയ്തിടും
ഒരു കാണിയെങ്കിലുമുണ്ടെങ്കിൽ
മര്യാദാരാമനായ് ആടിടും

അന്യർക്കു കാണുവാൻ മാത്രമെടോ
നമ്മൾ പേറും സദാചാരഭ്രാന്തുകൾ
ഒറ്റയ്ക്കിരുന്നാലേതൊരുവനുമലറും
നരിയോ നൃസിംഹമോ ആയിടും

മനുഷ്യനെന്ന പേരും വച്ചു നാം
മനുഷ്യത്വത്തെ ബലിചെയ്യുന്നു നിത്യവും
സ്നേഹിക്കാൻ മനസ്സു തോന്നും കാല-
ത്തോളമാരും മനുഷ്യരാകില്ലോർക്കണം

വിഷനാഗം വന്നു
കൊത്താതെ കാക്കുക
നമ്മുടെ
ജീവവൃക്ഷം

അംബരാന്തത്തിൽ,
അമരാനന്ദത്തിൽ അതിന്റെ
ശാഖകൾ പൂചൂടട്ടെ

# ഇതുതന്നെ ധർമ്മം

**കാ**ലമിതു കലികാലമാകുന്നു മക്കളേ
കാമദാഹങ്ങൾ വെടിഞ്ഞിങ്ങ് പോരിക
ഇപ്പർണ്ണശാലയിലല്പമിളവേല്ക്കാം
ഇതിഹാസധർമ്മത്തിന്നർത്ഥം തിരക്കാം

അതുവേണമിതുവേണമെന്നാർത്തി പൂണ്ടെത്ര
തീരങ്ങൾ താണ്ടിയോരാണു നമ്മൾ
മരണം വിളിപ്പുറം വന്നു നില്ക്കുമ്പോഴും
അതിരുകൾ തോണ്ടിത്തുലഞ്ഞു നമ്മൾ
പൊരുളിൻ മഹാമൂർച്ഛ പുണരുന്ന നേരവും
സംതൃപ്തിയില്ലാതുലഞ്ഞു നമ്മൾ
ഉണരാത്ത മോഹങ്ങൾ! അണയാത്ത ദാഹങ്ങൾ!!
ആകെത്തകർന്നുപോകുന്നു പ്രാണൻ

എത്രകാലങ്ങൾ നടക്കണം നേരിന്റെ
പുഷ്പസോപാനത്തിലൊന്നു ചെല്ലാൻ?
എത്ര ദൂരങ്ങൾ വിതുമ്പാതെ നീങ്ങണം
സുഖമെന്ന പച്ചത്തഴപ്പിലെത്താൻ?
കിട്ടുന്നനേരത്ത് നേട്ടങ്ങളൊക്കെയും
കോട്ടങ്ങളായ്പ്പിഴയ്ക്കുമല്ലോ
പിന്നെയും നേടലിൻ പിറകെ നാമിങ്ങനെ
പായേണ്ടതുണ്ടോ? ത്യജിച്ചുനേടൂ!

മനസ്സാണു ദൈവമെന്നറിയു; നിരന്തരം
അതിനെപ്പൊടിതട്ടി നീ മിനുക്കു
വേഷവും ഭൂഷയുമൊന്നുമല്ലോർക്കുക
അകമെന്നതാണേക സത്യം
അവിടെ നീ ആരെന്നറിയു; അറിവുകൾ
നിന്നെത്തിരിച്ചറിയട്ടെ!
നീ തന്നെ വെട്ടമാകട്ടെ നിനക്കുള്ള–
തണലു നീ തന്നെയാകട്ടെ!!

അന്യനെ വീഴ്ത്താൻ മുതിരില്ല നോവിന്റെ
സത്യം തിരയുന്ന മർത്ത്യൻ
അന്യനെ താഴ്ത്താൻ തുനിയില്ല കരുണയിൽ
ഹൃദയം പൊലിപ്പിച്ച ധീരൻ
ഒറ്റയ്ക്കു നില്ക്കുവാനാകില്ല മണ്ണിതിൽ
ഒറ്റയാകുന്നതേ വ്യർത്ഥം
കൈകൾകോർത്തിങ്ങനെയൊന്നിച്ചു നില്ക്കുക
കൂട്ടം തിരിഞ്ഞങ്ങ് പോകാതിരിക്കുക

ഭൂമിയിൽ നമ്മൾക്കൊരേ വിലാസം
നാം ഭൂമിപുത്രർ; സഹോദരങ്ങൾ!
മനുഷ്യത്വമാണു മതം നമുക്ക്
മർത്ത്യതയെന്നതേ ജാതിയെന്നും
സ്നേഹിച്ചു മണ്ണിൽ ജീവിക്ക നമ്മൾ!
സ്നേഹമേ സത്യം നിതാന്തധർമ്മം!!

## വാടകവീട്

**താ**മസക്കാരന് ഇഷ്ടമില്ലാത്ത
എന്തെങ്കിലും ചിലത്
വാടകവീട്ടിലുണ്ടാകും

ഉയരം കുറഞ്ഞ കട്ടിള
തുളവീണ വാതിൽ
ചില്ലുപൊട്ടിയ ജാലകം
കാറ്റുകയറാത്ത ഉറക്കറ
എലികളോടുന്ന മച്ച്
പുസ്തകങ്ങളെയുൾക്കൊള്ളാൻ
മടിക്കുന്ന ഷെൽഫ്
കുഞ്ഞിമോന് ഓടിക്കളിക്കാൻ
ഇടമില്ലാത്ത മുറികൾ

താമസക്കാരന്റെ
ഇഷ്ടങ്ങളെല്ലാം പേറുന്ന വീട്
ഒരിടത്തുമില്ല

ഒരു പക്ഷേ,
നിങ്ങൾ വാടകക്കാരനല്ല
വീട്ടുടമസ്ഥനാണെങ്കിലും
ഇഷ്ടമാകില്ല
സ്ഥിരമായ്
ഒരിടം തന്നെ പാർക്കുമ്പോൾ

സ്വന്തം വീട്ടിലിരിക്കുമ്പോൾ
വാടകക്കാരനെന്നും
വാടക വീട്ടിലിരിക്കുമ്പോൾ
വീടിന്റെ ഉടമസ്ഥനെന്നും
ധരിക്കുന്ന മനസ്സുണ്ടെങ്കിൽ
കുറച്ചൊക്കെ ശരിയാകും
വാസം
കുറെക്കാലത്തേക്കെങ്കിലും

എപ്പോഴും അധികം ആഗ്രഹിക്കുന്ന
വികാരങ്ങളെയടക്കി
മാനം നോക്കിക്കിടക്കുമ്പോൾ
മനസ്സിലാകും
ഭൂമി വെറുമൊരു
വാടകവീടെന്നും
നാം
വാടക കൊടുക്കാത്ത
മുഷിപ്പൻ താമസക്കാരെന്നും

## പുതുമയുടെ പാട്ട്

**പ**ഴങ്കാലം പുണ്യമയമെന്നുരുവിടുന്നവരേ,
പഴമയെല്ലാം നന്മയെന്നോ? കാതുകൂർപ്പിക്കൂ-

മണ്ണു കാക്കും പെണ്മയെന്ന വിശുദ്ധരൂപങ്ങൾ
വാതുവച്ചു രസിച്ചിടുന്ന ധർമ്മബോധങ്ങൾ
ധർമ്മമെന്നവർ ചൊന്നതൊക്കെത്തടസ്സവാദങ്ങൾ!
അവരവർക്ക്- പെരുമ നേടാനുള്ള ന്യായങ്ങൾ!!

കൊന്നുതിന്നും മന്നവന്നു കിരീടമുണ്ടാകും
കരുണചൊല്ലും ബോധിസത്വൻ പടികടന്നീടും
വെള്ളമുതല കടിച്ചു നിന്നെയെത്ര കാലങ്ങൾ!
എന്റെ നാടേ, നീ വിതുമ്പീയെത്ര ജന്മങ്ങൾ!!
ജാതിവച്ചുതിരിച്ചു നിന്റെ കനകസൗഭാഗ്യം
പോരടിച്ചുമുടിച്ചു നിന്റെ പ്രണയസോപാനം

രക്തദാഹികളൊത്തു ചേർന്നു; എത്ര കുരുക്ഷേത്രം!
വർണ്ണസങ്കരമെന്ന പാപം തീർക്കുവാനത്രേ!!
തപസ്സുചെയ്യും ശൂദ്രനെ ഹാ! കബന്ധമാക്കും
സോദരരെ വേർപിരിച്ചു പോരടിച്ചീടും
കാടുകയറിയാക്രമിക്കും ചാടുകാട്ടീടും
കാട്ടിലുള്ളവർ കാടരെന്നു വിധിയെഴുതീടും
മേലനങ്ങാതുറങ്ങീടാൻ മാന്ത്രികം കാട്ടും
കൂലിയില്ലാ, ജോലിയെല്ലാം ശൂദ്രനേകീടും

വിയർക്കാതെ ഭുജിക്കുവാൻ വേദമുണ്ടാക്കും
കളവുചൊല്ലി മാനസങ്ങളന്ധമയമാക്കും
ഇതിഹാസം നിഷ്കരുണം മാറ്റിയെഴുതീടും
ദേശവീരരെയധമരായ് തരംതാഴ്ത്തീടും

പഴമക്കാർ കുതന്ത്രത്തിന്നർത്ഥശാസ്ത്രക്കാർ
ബന്ധനത്തെ മോചനമായ്പ്പുകഴ്ത്തിപ്പാടി
വെളുത്തോർക്ക് മാത്രമുള്ള സ്വർഗ്ഗമുണ്ടാക്കി
കറുത്തോർക്കോ നരകത്തിലിടവും നല്കി

ലോകരെല്ലാം ഭയത്തിൽപ്പെട്ടുഴറീടുമ്പോൾ
ശപിച്ചല്ലോ മഹർഷിമാർ സൽക്കരിക്കുന്നൂ
ഹിംസയെന്നതു മോക്ഷമെന്നവരുരച്ചീടുന്നു
മോക്ഷമെന്നതു പുണ്യമെന്നും പറഞ്ഞീടുന്നു
മറ്റുദർശനകീർത്തനങ്ങൾ ചുട്ടെരിക്കുന്നു
തങ്ങൾമാത്രം മതിയെന്ന മന്ത്രമോതുന്നു
അവർക്കില്ലാ സഹിഷ്ണുത, സ്നേഹസംഗീതം
അവർ പാടും ഗാഥകളിലക്രമം മാത്രം
പോയകാലം മോഹനമാണെന്നു ചെല്ലുന്നോർ
വർത്തമാനം മുടിക്കുവതെന്തു ബോദ്ധ്യത്തിൽ!

ഇനി നമ്മൾ തെളിക്കണം പുതിയ ദീപങ്ങൾ!
നമുക്കായ്ജ്ജ്വലിക്കുന്ന പുതിയ പന്തങ്ങൾ!!
പുതിയ നീതി, പുതിയ വേദം, പുതിയ ബോധങ്ങൾ
വാനരനെ നരനാക്കും കാവ്യരൂപങ്ങൾ

കവിതയിൽ നാം വിടർത്തും പുതിയ തീരങ്ങൾ
പുതിയതീരം പകർത്തീടും പുതിയ ഭാവങ്ങൾ
പുതിയ നീതിവിശാലമാക്കിയോരിടത്തു നിന്ന്
പുതിയമർത്ത്യൻ പുതിയഭരണക്രമമുയർത്തീടും
കെട്ടദൈവക്കോമരങ്ങളോർമ്മയായീടും!
മനുഷ്യത്വമെന്ന സ്വപ്നം മിഴിതുറന്നീടും!!

# മഹാപ്രഭു

മരണവീട്ടിൽ നിശ്ശബ്ദസന്ദേഹിയായ്
മരണദേവൻ പതുങ്ങിനില്ക്കുന്നു

ചിതയിലെരിയുന്നൊരിവനെയോ
ഇവനരിയാകുമയൽക്കാരനെയോ
ആരെയായിരുന്നു തന്റെയൊപ്പ-
മേറ്റേണ്ടിയിരുന്നതെന്നോ-
രതിപുരാതനമായോരു ശങ്കയിൽ
മരണദേവൻ പതുങ്ങിനില്ക്കുന്നു

പാപികൾ പോലും വിറങ്ങലിക്കും
കൊടുംശൈത്യമാകുന്നു മരണം
വീരർക്കുപോലുമടിതെറ്റിടും
ചെളിനിഴൽക്കാട്; വിഷസമുദ്രം
തിന്മയും നന്മയുമൊന്നു ചേരും
ഭേദങ്ങളില്ലാത്ത ശൂന്യതീരം
ചെയ്തതിൽ പശ്ചാത്തപിച്ചു ലോകർ
വീണടിയുന്ന വിശുദ്ധലോകം

നിന്ദ്യരായ്ത്തീർന്നവർ സ്തുത്യരാകും
ദേവാലയം തന്നെ മരണവീട്
കാണുവാനെത്തുന്ന കേമികളിൽ
ബീഭത്സരാഗം ചിറകടിക്കും

ഭീരുക്കളായവർ മത്സരിച്ച്
ദൈവത്തിലേക്ക് ഹാ! കൂപ്പുകുത്തും
നിർഘൃണരായവർ നിഷ്ഠയോടെ
ഏറെ വെറുപ്പിൽ തുടർന്നുപോകും

ഒരുവൻ മരിച്ചുപോകുന്ന നേരം
വായുവിൽ പെട്ടൊന്നൊരലയിളകും
ആ അല ശൂന്യത്തിലേക്കുപോയി
ആദിതമസ്സിൽ ലയിച്ചുചേരും

മരണമാകുന്നു മഹാഗുരുത്വം
മരണമാകുന്നു മഹാപ്രഭുത്വം!
രാജാക്കൾ, ദൈവങ്ങളൊന്നുമല്ല
ഈ ഭൂമിവാഴുന്നു മൃത്യുമാത്രം!!

മൃത്യുവിൻ ചിന്തനം ഹൃത്തിലെങ്കിൽ
ജീവിതം കൂടുതലർത്ഥപൂർണ്ണം!
മൃത്യുവെപ്പാടെ മറന്നുപോയാൽ
വ്യർത്ഥത മർത്ത്യന്റെ ശയനഗേഹം!!

# വ്രണമായ നമഃ

ജനമേ
എന്റെ വികാരത്തെ നീ
വ്രണപ്പെടുത്തുന്നതെന്ത്?

എന്റെ വികാരം തന്നെ
വ്രണമായ സ്ഥിതിക്ക്
എന്റെ വ്രണത്തെ നീ
വികാരപ്പെടുത്തുന്നതെന്ത്?

എന്റെ വിശ്വാസത്തെ
എന്റെ വികാരത്തെ
എന്റെ വ്രണത്തെ
നീ വിചാരപ്പെടുത്തുന്നതെന്ത്?

അത് എക്കാലവും
അശുദ്ധരക്തമൊഴുക്കുന്ന
ഒരു ഉറവിടമാകുന്നതാണ്
എനിക്കും
എന്റെ കൂട്ടർക്കും ഇഷ്ടം

പിന്നെ
എന്തിന്
എന്റെ ഇഷ്ടമില്ലാതെ

എന്റെ വ്രണത്തെ
നീ ചികിത്സിക്കുന്നു?

ഈ വ്രണമാണ്
എന്നെ ജീവിപ്പിക്കുന്നത്
ഈ വ്രണമാണ്
എന്നെ ഞാനാക്കുന്നത്

എനിക്ക് ഒരൊറ്റ വ്രണമേ അറിയൂ
അത് എന്റെ വ്രണമാണ്
എനിക്ക് ഒരൊറ്റ വികാരമേ ഉള്ളൂ
അത് എന്റെ വികാരമാണ്
എനിക്ക് ഒരൊറ്റ വിശ്വാസമേ വേണ്ടൂ
അത് എന്റെ വിശ്വാസമാണ്

എന്നെ
എന്റെ വ്രണത്തോടൊപ്പം
വികാരത്തോടൊപ്പം
വിശ്വാസത്തോടൊപ്പം
ജീവിപ്പിക്കാനനുവദിക്കൂ

എന്നും ഒരു വ്രണമായിരിക്കാനാണ്
എന്റെ ഒരേയൊരു ആഗ്രഹം

## മുക്തിയും മനുഷ്യനും

**ബു**ദ്ധനും ബദ്ധനായ്ത്തീരുന്നു ഭൂമിയിൽ
ആരും വ്യതിരിക്തരല്ല
നിർവ്വാണരാശിയിൽ നീറിപ്പുകഞ്ഞവൻ
വീണ്ടും തിരിച്ചു വന്നേക്കാം

നീണ്ടു പോകുന്നൊരു ചങ്ങല; ജീവിതം!
ആസക്തി മരണമാകുന്നു!!
കണ്ണികൾ ശില്പിയാണെന്ന വിചാരത്തി-
ലുന്മത്തരാകുന്നു; കഷ്ടം!
സക്തിയേറുന്നവൻ ക്രുദ്ധനായ്ത്തീരുന്നു
കോപം ശവക്കച്ച തുന്നും
കാമ്യവസ്തുക്കളിൽ 'തന്റേതു മാത്രമാം'
ഭാവം ജനിപ്പതേ കുറ്റം!

കൊട്ടാരമെന്നത് വെടിയുവാനുള്ളോരു
കൂടാരമെന്നറിയേണം
ബന്ധുത്വമെന്നതോ ബന്ധനം തീർക്കുന്ന
ചങ്ങലയെന്നുമോർക്കേണം
ആരും സ്വതന്ത്രരാകുന്നില്ലുലകിതിൽ
ഭൂമി തുറങ്കറ; മുക്തി കടങ്കഥ!
ഒന്നും സുഭദ്രമല്ലെന്നു നാമോർക്കണം
അസ്ഥിരമാണീ പ്രപഞ്ചം!

വേദങ്ങളെല്ലാം ജനിക്കുന്നതിൻ മുമ്പ്
വേദന മണ്ണിൽ ജനിച്ചു
വേദന തന്നെ ഹാ! വാക്കായ്, കവിതയായ്
ജീവിതം സ്നേഹാർദ്രമാക്കി
വേദനിക്കാത്തവൻ കല്ലു താൻ; മർത്ത്യന്റെ-
വേദന തന്നെയീ വാനം
വേദന താണ്ടിക്കരയ്ക്കു കേറാത്തവ-
നെന്നും തമോരൂപി തന്നെ!

വിജ്ഞരായ്ത്തീർന്നവർപ്പോലും വിലാപമായ്
നീറിത്തുലയുന്ന കാണാം
വേഷങ്ങളെല്ലാം വിനാശമായ് മാറുന്ന
കാഴ്ചയുമെങ്ങുമേ കാണാം
ജീവിതമാനന്ദമെന്നറിയുന്നവർ
നാകത്തെത്തീർക്കുന്നു മണ്ണിൽ
ജീവിതം ശാപമെന്നോർത്തിരിക്കുന്നവർ
നരകത്തിലല്ലയോ വാസം

നാരത്തിലൂടെ നടന്നവർ; നേരിന്റെ
വക്താക്കളായവർ പോലും
പക്ഷം പിടിച്ചുകൊണ്ടെന്നും കിനാവിന്റെ
പക്ഷമറുക്കുന്നു! ശാപം!
ഏതോ ജലാർദ്രസ്മരണയിൽ നീറുന്ന
ജീവജാലങ്ങൾ നാമെല്ലാം
ഉർവ്വിയെ ചുംബിച്ചുണർത്തിടാം വാഴ്വിന്റെ
ചുംബനപ്പൂവുകൾ സാക്ഷി!
ഒന്നിച്ചുചേരുക! സ്നേഹത്തിലേതൊരു
സ്വപ്നവും യാഥാർത്ഥ്യമാകാം!
സ്വപ്നങ്ങളല്ലെയോ സത്യങ്ങളാകുന്നു
സത്യവും സ്വപ്നമാണല്ലോ!

സമരങ്ങൾ കൊണ്ടു നാം നേടുന്നു ജീവന്റെ
അതിജീവനത്തിൻ ധ്വനികൾ!
സഹനങ്ങൾ കൊണ്ടു നാം പൂകുന്നു നേരിന്റെ
സൗവർണ്ണസ്വർഗ്ഗപഥങ്ങൾ!

വ്യർത്ഥമാകുന്നില്ല മർത്ത്യത; മൃത്യുവെ-
ത്തോല്പിക്കുമുജ്ജ്വല നൃത്തം
അടരാടി നേടുന്നൊരടയാളമേ നിന്റെ
പേരാണ് ജീവിതം! സത്യം!!

## ലൊടുക്കുവൈദ്യം

**വി**ഷവൈദ്യവീരൻ വില്ലൂന്നിവൈദ്യൻ
ദില്ലിയിൽപ്പണ്ടൊരു യാത്രയ്ക്കുപോയി

മിനാരങ്ങൾ തോറുമലഞ്ഞുനടന്നു
പൊട്ടമരുന്നൊന്നു വില്ക്കുവാൻ വേണ്ടി

ലാടവൈദ്യന്റെ ലൊടുക്കുമരുന്ന്
ദില്ലീനിവാസികൾ വേണ്ടെന്നു ചൊല്ലി

വിഷവൈരമേറ്റിയ കുപ്പികൾ ദൂരെ-
വില്ലൂന്നിവൈദ്യനെറിഞ്ഞും കളഞ്ഞു

ആകെക്കനംതൂങ്ങി നിന്നപ്പൊളാരോ
വിഷക്കുപ്പിയെല്ലാം പെറുക്കിയെടുത്തു

വില്ലൂന്നിവൈദ്യന്റെ തോളത്തുതട്ടി
ആ മാന്യദേഹം പതുക്കെപ്പറഞ്ഞു-

"തിരികെ മടങ്ങാം, എടുക്കാച്ചരക്കും

എടുക്കുന്ന നാട്ടിൽ നമുക്കൊന്നു പോകാം''

പിറ്റേന്നുതന്നെയാ വേഷങ്ങൾ രണ്ടും
ഭാണ്ഡങ്ങളോടൈത്തിരികേപ്പറന്നു

മലയാളി സാമോദം പാർക്കുന്ന നാട്ടിൽ
കച്ചവടത്തിനു വട്ടങ്ങൾകൂട്ടി

നാട്ടുകാർക്കൊക്കെയും സംശയമായീ
നാട്ടുകാർ തമ്മിൽ പിറുപിറുപ്പായീ

രോഗങ്ങളില്ലാത്ത നാട്ടിലീ വിഡ്ഢ്യാ-
സുരന്മാരിതെന്തേയീ കാട്ടുന്നതെന്നോ?

കുട്ടികൾ മൂക്കത്തു വിരൽവച്ചു നിന്നു
വൈദ്യനും ശിഷ്യനും വകവച്ചതില്ല

കച്ചവടത്തിന്റെ ലാഭക്കണക്കിൽ
വിരലെണ്ണിനിന്നവരുച്ചവെയിലിൽ

ചന്തദിനത്തിലെന്തുത്സവമേളം
വില്ലുന്നിവൈദ്യനു സന്തോഷമായീ

നാട്ടുകാരെത്തീ, യോരോ മരുന്നും
പരിശോധനയ്ക്കു വിധേയമാക്കുന്നു

എന്താണിതെന്ത്? ചോദ്യം തുടങ്ങി
വില്ലുന്നിവൈദ്യൻ പറഞ്ഞുംതുടങ്ങി

''രോഗത്തിനെല്ലാമിതേയൊറ്റമൂലി
ഏവരുമോരോന്നെടുത്ത് പൊയ്ക്കോളൂ''

ഇതുകേട്ടു സഹികെട്ട നാടിന്റെ രോഷം
പൊട്ടിത്തെറിച്ചു; പ്രതിഷേധമായ്!

“ഹേ, വ്യാജവൈദ്യാ, വിഷം തന്നെയെന്നോ
മരുന്നെന്ന പേരിൽ നീ വില്ക്കുന്നു നിന്ദ്യം

കടന്നോണമിപ്പോൾ വാലും ചുരുട്ടി
ഈ നാട്ടിലീ വൈദ്യമിനി നടക്കില്ല”

നാടാകെമാറിയെന്നോർത്തു വേഗത്തിൽ
നാട്യങ്ങളെല്ലാമടക്കി,യിരുട്ടിൽ

വില്ലുന്നിവൈദ്യനും ശിഷ്യനും കൂടി
അറബിക്കടലിന്റെയാഴത്തിൽ മുങ്ങി

# ചെറുമന്റെ പാട്ട്

മനമുലച്ച് മിഴിയുലച്ച് വന്ന മാമഴേ
തീവെയിലിൻ കുറുനരിയെ നീ വിഴുങ്ങിയോ
പുഴതെറുത്ത് പോയതൊരു കാട്ടുകുറവൻ
ഓന്റെയൊപ്പം ചിന്തുപാടി കാട്ടുചോലകൾ

കാടെരിച്ച് വാതുവച്ച കുതിരവണ്ടികൾ
കുന്നുവെട്ടി മണ്ണിലിട്ട് ചിറകുലയ്ക്കവേ
മണ്ണുമാന്തി വിത്തെറിഞ്ഞ പുലയനട്ടുവൻ
ചോരതുപ്പി വീണ ഭൂമിയിന്നു പോരിടം

കുമ്പിളിൽ കമിഴ്ത്തുവാൻ കാടിയില്ല പോൽ
കഞ്ഞിയിലോ വെന്തെരിഞ്ഞു മങ്ക്; വഞ്ചന
കാട്ടുപൊന്ത മറപിടിച്ച് ജന്മിത്തമ്പുരാൻ
നാട്ടിലാകെ നാറിയല്ലോ കെട്ടകോണകം

ഓനല്ലേ കണികണ്ട തേവരായത്
ഓനല്ലേ തോളിന്മേൽ കേറി നിന്നത്
ഓനല്ലേ പൂരങ്ങൾ കണ്ടറിഞ്ഞത്
ഏനെ നോക്കി കണ്ണുവച്ച തമ്പുരാട്ടിയെ
അമ്പലക്കുളത്തിലന്ന് കൊന്നുതള്ളിയോൻ
തൊഴിലിടത്തിൽ പണിയെടുത്ത് തോറ്റുകേഴവേ
ഓനല്ലേ കുതികുതിച്ച് പറപറന്നതും

ഏനവന്റെ എച്ചിലില തിന്നവനല്ലേ
എച്ചിലിലെ മുള്ളുകൊണ്ട് തൊണ്ട കീറവേ
ചങ്കുപൊട്ടിപ്പാടാനും കല്പന തന്നു

എത്രയെത്ര ജന്മങ്ങൾ തോട്ടിയായി ഞാൻ
എത്രയെത്ര ജന്മങ്ങളട്ടയായി ഞാൻ
പറയനായി, പുലയനായി, കുറവനായി ഞാൻ
ഒരുനാളും പൂണൂലിൻ കുരുക്കിലായില്ല

പാപകർമ്മിയായതിനാൽ ഹീനയോനിയിൽ
നിന്റെ ജന്മമെന്നുചൊന്ന നിയമധാരികൾ
എന്തു പുണ്യം ചെയ്തെന്ത് പാപിയാണവർ
അവരല്ലേ സോദരരെ വെട്ടിനിരത്തി
നൂറുനൂറുവേലിക്കുള്ളിൽ കൊട്ടിയടച്ചു

ജീവാത്മാ-പരമാത്മാ തത്ത്വമോതുവോർ
ജാതി-മതവേലി നീക്കാനെന്തു ചെയ്തെന്നേ?
കെട്ടകാലമെന്നു തീരുമെന്റെ ദൈവമേ?
എന്റെ ദൈവമെന്നു ചൊല്ലാനാവതില്ലല്ലോ!
അതുമവന്റെ സൃഷ്ടിയല്ലോ എല്ലാം ചൂഷണം!!

സങ്കടങ്ങളൊക്കെ മാറാൻ, മാനുഷരാകാൻ
കർമ്മഫലസിദ്ധാന്തക്കഥകൾ മാറണം
ശാപമെന്ന വേദാന്ത നീതി മാറണം
കറുകറുത്ത ദൈവങ്ങൾ മിഴിതുറക്കണം!
വെളുവെളുത്ത ദൈവങ്ങൾ നാടു നീങ്ങണം!!

# മർത്ത്യഗാനം

**നെ**റികളുടെ നിഴലെങ്ങുമില്ല; മത-
വെറികളുടെ പൂരങ്ങളെങ്ങും
നുണകളുടെ കടലാണു ചുറ്റും; റോന്തു-
ചുറ്റുന്നു തെരുവിൽ വിഷാദം

സമാധാനമെന്ന സംഗീതം
പടികടന്നെന്നേയകന്നു
സാഹോദര്യത്തിന്റെ ദീപം; ഇന്നു-
തിക്കെടുത്തി നാം നില്പൂ
നമ്മൾക്ക് വേണ്ടതെന്താണോ
അതുതന്നെ നാം കൊയ്തെടുപ്പൂ!

മനുഷ്യത്വമേ നമസ്കാരം
വരികയീ ഹിംസയ്ക്ക് മുന്നിൽ
ചൊരിക നീ, നിന്റെ വരങ്ങൾ
മൃതരിവർ മനുഷ്യരായ് മാറാൻ

ജീവിതത്തിന്റെ വർണ്ണങ്ങൾ
ചാലിച്ച് നാമൊരുക്കേണം
സൗന്ദര്യത്തിന്റെ വസന്തം; നിറ-
സൗഗന്ധികത്തിൻ വിഭാതം

ജീവിതമെന്നേക്കുമല്ല; ഇവി-
ടാരുമേ മേലാളരല്ല

മരണമാണേകമാം സത്യം; അത-
റിയുമ്പോളേവരും തുല്യർ
അല്പത്വമെല്ലാം മറന്നാൽ
അമൃതത്വമെന്തെന്നറിയും
സ്വന്തം വിലങ്ങുകൾ നീക്കൂ
സ്വയംതന്നെ മോചിതരാകൂ
ശീലങ്ങളാകുന്നു ശാപം; നമ്മെ-
ത്തടവിൽക്കിടത്തും ജഡത്വം
മനസ്സാണു നമ്മുടെ ശത്രു
അന്യമതക്കാരനല്ല
പൊരുളാണു നമ്മുടെ മിത്രം
സ്വന്തമതക്കാരനല്ല

മതമല്ല മനുജന്റെ ലക്ഷ്യം; ദൈവ-
നീതികളന്നം തരില്ല
വേലികെട്ടി തരംതിരിക്കുന്നു; അവർ
യുദ്ധങ്ങളേറ്റെടുക്കുന്നു
മർത്ത്യനെ മർത്ത്യനായ്ക്കാണാൻ
മതജീവികൾക്ക് കണ്ണില്ല
അന്ധർ നയിക്കുന്നോരന്ധർ
വഴിതെറ്റിയിരുളിൽ ലയിക്കും
അദ്ധ്വാനമാണേക സത്യം; അതു-
തിക്കെടുത്തരുതാരും!

കർമ്മങ്ങൾ ചെയ്തിരിക്കുന്നോർ
സ്വാർത്ഥമോഹങ്ങൾ മറക്കും
നിസ്വാർത്ഥരായ്പ്പുലർന്നാൽ; നമ്മിൽ-
നാം നമ്മെയറിയും
നമ്മിൽ നാം നമ്മെയറിഞ്ഞാൽ
നന്മയെന്തെന്നതറിയാം
നന്മയെന്തെന്നതറിഞ്ഞാൽ; നാം-
നമ്മിൽ നിന്നു വളരും
നമ്മിൽ നിന്നു വളർന്നാൽ; നാം-
ലോകത്തിനേകും വെളിച്ചം
അങ്ങനെ നാം മർത്ത്യരാകും
അങ്ങനെ ലോകം വിളങ്ങും

അങ്ങനേ നാം മർത്ത്യരാകൂ!
അങ്ങനേ ലോകം വിളങ്ങൂ!!

# സ്നേഹിതൻ

## 1

**സ്നേ**ഹമുള്ള സുഹൃത്തേ, സഹോദരാ
നീയെനിക്കൊരു ദീപമാണോർക്കുക
നിന്നിലാളുന്നൊരഗ്നിയിൽ നിന്നു ഞാൻ
സ്നേഹമെന്ന കുളിരുചൂടുന്നിതേ

നിന്റെ സ്നേഹമറിഞ്ഞതിൻ ശേഷമെൻ
ജീവിതത്തിൽ വസന്തസംഗീതിക!
നിന്റെ സൗഹൃദത്തണലിൽ മയങ്ങവേ
വേനലെന്തെന്ന് പാടെ മറന്നു ഞാൻ!

## 2

സ്നേഹമിറ്റു തിരഞ്ഞിങ്ങു വന്നു നാം
ദുഃഖഭൂമിയിൽ ജീവിതം പോറ്റുവോർ
വെന്തുനീറിപ്പിടഞ്ഞുകേഴുമ്പൊഴും
എന്തു കഷ്ടം! വെറുപ്പിൽപ്പുളഞ്ഞു നാം!!

മത്സരിച്ചു കുതിച്ചുപോകുന്നു നാ-
മായുസ്സൊട്ടുമേ കൈയിലില്ലാത്തവർ
ധിക്കരിച്ചു കുഴങ്ങിനില്ക്കുന്നിതേ-
യൊത്തൊരുമതൻ ഗേഹമില്ലാത്തവർ

കീർത്തിയെത്രയും നേടിയാൽപ്പോലുമീ
മരണഭാരം മറക്കുവാൻ പറ്റുമോ?
എത്ര പൊൻപണം നേടിയാലൊക്കുമോ
കദനപർവ്വതം മാറ്റിപ്പണിയുവാൻ?

ഖഡ്ഗമൊന്നിനാൽ നായകരായവർ
ഒറ്റയൂക്കിൽ തെറിച്ചുപോയീലെയോ?
ഭൂപടങ്ങളെ മാറ്റിപ്പണിഞ്ഞവർ
മൺതരികളായുർന്നു മാഞ്ഞീലെയോ?

## 3

കൂട്ടുകൂടുകയെന്നതാണുത്തമം
കൂട്ടിലൊറ്റയ്ക്കിരിപ്പല്ല ഭൂഷണം
സ്നേഹവാനിലായ് പാറിപ്പറക്കുക!
സ്വപ്നമേഘമായ് മാരിപൊഴിക്കുക!!

സ്നേഹസഹിതരായ്ത്തീരുക; വാഴ്‌വിന്റെ
അർത്ഥമില്ലായ്മയ്ക്കറുതി വരുത്തുക
സ്വർഗ്ഗഭൂമിയേക്കാളും മനോഹരമായി-
ടട്ടെയീ പാരിടം; മർത്ത്യരും!
സ്നേഹമെന്നതേ സത്യം സനാതനം
സ്നേഹമെന്നതേ ജീവിതം സാന്ത്വനം
സ്നേഹപൂർണ്ണരായ് ആടുക! പാടുക!!
ആനന്ദജീവിതമെന്തെന്നറിയുക!

## 4

സ്നേഹംകൊണ്ടു നിറയ്ക്കുകയുലകം
സ്നേഹം ശ്വാസമതാകട്ടെ
സ്നേഹിച്ചാലേ മാനവരാകൂ!
സ്നേഹം മതമായ് മാറട്ടെ!!

## തീണ്ടൽ

**താ**നാന താനന നന്നേ...
തന്തിന്നന്നം താനന നാനേ...

തീണ്ടൊല്ലേ തമ്പുരാനെന്നേ....
പാടത്ത് പോകേണ്ടതല്ലേ...

തഴമ്പില്ലാ കൈയുകളല്ലേ
വഴുതുന്ന കാലുകളല്ലേ

തമ്പിരാ തൊടൊല്ലെ എന്നെ
കാലോണ്ട് പോലുമിന്നെന്നെ

തൊഴിലാളി ഞാനൊരു പാവം
പാടത്തിൻ കാവല്ക്കാരൻ

ചെറുമനായിപ്പിറന്ന
വലിയൊരു സ്വപ്നക്കാരൻ

തമ്പിരാ തൊടൊല്ലേ എന്നെ
അരിവാളു ചാരെയുണ്ടേന്നേ

വീമ്പിന്റെ വീറല്ല വേണ്ടൂ....
മണ്ണിന്റെ ചങ്കതറിയാൻ....

കൊയ്ത്തെല്ലാം ചെയ്തുകഴിഞ്ഞാ
ഞാനെന്റെ കുടീല് പോകും

വരമ്പില് നിക്കണ നീയോ
പാട്ടുംപാടി ഇല്ലത്ത് പോകും

കുടീല് കഞ്ഞിയില്ലല്ലോ....
കുമ്പിള് പോലുമില്ലല്ലോ....

ഇല്ലത്തില്ലാത്തൊരു കാര്യം
കുടീല് വേണ്ടോളമുണ്ടേ

സ്നേഹത്തിൻ പായ വിരിക്കും
പെണ്ണാളിൻ വമ്പുള്ള പ്രേമം!

# ഉല്പത്തി

**വ**ളരെ പണ്ടാണ്
ഭൂമി അതിന്റെ ആഴത്തിൽ
അഗ്നിയെ തോറ്റിയുണർത്തും മുമ്പ്
നാദം നിലാവിന്റെ ചിറകേറി
ആകാശങ്ങളിൽ ചുറ്റിക്കറങ്ങി

സഹനങ്ങളെ സ്തുതിച്ച്
പില്ക്കാലത്ത് മേഘങ്ങളിൽ നിന്ന്
കടപുഴകി
മഴകൾ മണ്ണിലേക്ക് പിളർന്നു

അന്ന്
അക്ഷരങ്ങളുണ്ടായിരുന്നില്ല
അക്ഷരങ്ങളാൽ കൂടൊരുക്കി
അതിൽ കഴിഞ്ഞുകൂടുന്ന
കവിതകളെന്ന പക്ഷികൾ
ജനിച്ചിട്ടേ ഉണ്ടായിരുന്നില്ല

അന്ന്
അർത്ഥങ്ങളുണ്ടായിരുന്നില്ല
സകലതും ഭാവങ്ങൾ മാത്രമായിരുന്നു
നിശ നിരാർദ്രായ
ഒരു സ്വപ്നമായിരുന്നു

പകൽ വിരസമായ
ഒരു തോന്നലായിരുന്നു

പിന്നീട് വികാരങ്ങൾ ജനിച്ചു
വികാരങ്ങൾ
വിസ്ഫോടനങ്ങൾക്ക് ജന്മം നല്കി
ഓരോ വിസ്ഫോടനവും
ഓരോ വിശപ്പിനെ സൃഷ്ടിച്ചു

വിശപ്പ് കല സൃഷ്ടിച്ചു
കവിത സൃഷ്ടിച്ചു
മനുഷ്യത്വം സൃഷ്ടിച്ചു

അങ്ങനെ
ദൈവങ്ങളുണ്ടായി
പിന്നെ പറയേണ്ടല്ലോ

# മലയാളി

**പ്ര**ളയത്തിലന്നു നാമൊന്നിച്ചിരുന്നു
പ്രണയത്തിലാണെന്ന പോലെ
തോരാത്ത മാരിയിൽ കൂട്ടായിരുന്നു
ചോരുന്ന കൂരയിൽ തുണയായിരുന്നു
മഹാമാരി വന്നപ്പോളകലങ്ങൾ പാലി-
ച്ചിരുന്നെങ്കിലും നമ്മളകമേയറിഞ്ഞു
പട്ടിണിപ്പൂതങ്ങളെത്തുന്ന മുന്നേ
ഭക്ഷണമേവർക്കുമുണ്ടായി വന്നു
തെരുവിൽക്കിടക്കുന്നൊരുരുവിന്നുപോലും
ഒരു നാഥനുണ്ടെന്ന തോന്നലുണ്ടായി
മരണത്തെയോർത്തു നടുങ്ങുന്നവർക്കും
കരുതലിൻ കൂട്ടുമായ് ചാരേയിരുന്നു
തമ്മിൽത്തണൽ വിരിച്ചന്നു നാം നിന്നു
ചുഴലിക്കൊടുങ്കാറ്റ് തിരികെ മടങ്ങീ
മലയാളി നമ്മൾ, നമുക്കുള്ള സ്നേഹം
അപരന്റെയവകാശമാണെന്നറിഞ്ഞു
നാം നമ്മിൽ നിന്നുമുയർന്ന കർമ്മങ്ങൾ
വിഖ്യാതമായിന്നു വിശ്വങ്ങളാകെ
കലിതുള്ളി വന്നോരു വിശ്വാസവൈരം
കടലിന്റെയാഴത്തിൽ വിസ്മൃതമായീ
ഇനിവേണ്ട നമ്മൾക്കു ദൈവീകരോഷം
നമ്മൾക്കു വേണ്ടതീ മനുഷ്യത്വബോധം
സ്വാതന്ത്ര്യജ്ജ്വാല, സമത്വാവബോധം
സാഹോദര്യത്തിന്റെ രാഗം

മുന്നോട്ടുവയ്ക്കുന്നു നാളേക്കുവേണ്ടി
മാവേലി നാടിന്റെ സ്വപ്നം
എല്ലാർക്കുമെപ്പോഴുമോണമുണ്ടാകാൻ
ഒന്നിച്ചൊരുക്കേണ്ട സ്വപ്നം
ഒരുമിച്ചിരിക്കാമൊന്നായിരിക്കാമൊന്നാണു
നാമെന്നറിഞ്ഞുണർന്നീടാം
ഇതു തന്നെ ധർമ്മം, ഇതു തന്നെ മോക്ഷം
ഇതു തന്നെ ജീവന്റെ മാർഗ്ഗം.

അനുബന്ധം

# സത്യാനന്തരകാലത്തെ കവിത

## പ്രൊഫ. വി എൻ മുരളി

നമ്മൾ ജീവിക്കുന്നത് അപമാനവീകരണത്തിന്റെ (de humanisation) കാലത്താണ്. പ്രൊഫ. എം പി പോൾ പറഞ്ഞപോലെ 'മറ്റെന്തുമാകാം, മനുഷ്യനാകാൻ മാത്രം സമ്മതിക്കാത്ത കാലം.' ഏറെ പ്രതിസന്ധി നിറഞ്ഞ ഈ സമയത്ത് മാനവികതയെ വാനോളം ഉയർത്തിപ്പിടിക്കുന്ന കവിയാണ് അരുൺകുമാർ അന്നൂർ. ഈ കവിക്ക് വലിയൊരു സ്വപ്നമുണ്ട്. ഭൂമുഖം പൂമുഖമായിക്കാണണമെന്നതാണത്. സമസ്ത ലോകങ്ങൾക്കും സുഖം വരട്ടെ എന്ന് ആഗ്രഹിച്ച ഭാരതീയ പാരമ്പര്യത്തിന്റെ വഴിയാണ് അരുണും സ്വീകരിക്കുന്നത്. സാർവ്വദേശീയമാനം നിറഞ്ഞ നിരവധി കവിതകളുടെ സമാഹാരമാണ് 'ചെറുമന്റെ പാട്ട്.'

സങ്കുചിത പ്രാദേശികവാദവും ജാതിമതചിന്തകളും ശക്തിപ്പെടുത്തി നാടിനെ നശിപ്പിക്കുന്ന ഇക്കാലത്ത് അതിനൊക്കെ അതീതമായിനിന്ന്, എല്ലാ അതിരുകളെയും ഭേദിച്ച് ചിന്തിക്കാൻ അരുണിനു കഴിയുന്നു. എവിടെയുമുള്ള മനുഷ്യർ ഒന്നാണെന്ന് ആത്മാർത്ഥമായി വിശ്വസിക്കുന്നു. ഒ എൻ വി എഴുതിയതുപോലെ- *ആയിരം പക്ഷികൾ പാറിപ്പറന്നാലും/ ആകാശമൊന്നു തന്നെ.*

ഒന്നിച്ചുകഴിയാൻ വന്ന നമ്മൾ ഭിന്നിച്ചുപോകേണ്ടവരല്ല. ആരും ഒറ്റയ്ക്കല്ല. ഏകത്വത്തിനുവേണ്ടിപ്പാടുക- അതാണ് ഈ സമാഹാരം ഉയർത്തിപ്പിടിക്കുന്ന ജീവിതദർശനം. ഏതു കവിക്കും അവശ്യംവേണ്ടത് ജീവിതദർശനത്തിന്റെ മൂന്നാംകണ്ണാണ്. നമ്മുടെ പച്ചയായ കണ്ണുകൾ കൊണ്ടു കാണുന്നതു പോലെയല്ല ദർശനത്തിന്റെ കണ്ണിലൂടെ നോക്കുമ്പോൾ കാണുക. ഒരു ഭിക്ഷക്കാരനെ കണ്ടാൽ എന്തുകൊണ്ട് അയാൾ ഭിക്ഷക്കാരനായി, മറ്റൊരാൾ സമ്പന്നനായി എന്ന ചോദ്യം ഉയരണം. ചിലർ പറയും വിധി കൊണ്ടാണെന്ന്. അത് പുറംകണ്ണുകൊണ്ട് മാത്രം

കാണുന്നതുകൊണ്ടാണ്. എന്നാൽ ഈ പ്രശ്നം ദർശനത്തിന്റെ കണ്ണിലൂടെ കണ്ടാലോ? അയാളെ അങ്ങനെയാക്കിയതാണെന്നും നമുക്ക് തിരിച്ചറിയാൻ കഴിയും. അരുൺകുമാറിന്റെ എല്ലാ കവിതകളിലുമുള്ളത് ഇത്തരം ദാർശനികനിലപാടുകളാണ്. കവിത നമ്മെ തത്ത്വചിന്തയിലേക്ക് നയിക്കണം (Poetry should initiate us into philosophy) എന്ന് പ്ലൂട്ടാർക്ക് പറഞ്ഞിട്ടുണ്ട്. കവിത തത്ത്വചിന്തയല്ല. എന്നാൽ ഏതു കവിതയും നമ്മെ തത്ത്വചിന്തയിലേക്ക് ഉയർത്തണം- ഈ വഴിക്കാണ് അരുൺകുമാറും ചിന്തിക്കുന്നത്. ഒരു ഭാഗത്ത് സമ്പന്നനെയും മറുഭാഗത്ത് ഭിക്ഷക്കാരനെയും സൃഷ്ടിക്കുന്ന സാമൂഹ്യാവസ്ഥക്കെതിരെ പൊരുതുന്നവരോടൊപ്പമാണ് ഈ കവിയും. നിരന്തരമായ പോരാട്ടങ്ങളിലൂടെ മാത്രമേ ഇന്നത്തെ ദുരവസ്ഥയെ മാറ്റിയെടുക്കാനാകൂ എന്നും ഈ കവി തിരിച്ചറിയുന്നു.

> ഏകത്വമെന്ന ബോധത്തിന്റെ താളത്തി-
> ലുലകത്തിലുണ്മകൾ പുഷ്പിച്ചുണരവേ
> ഭൂമുഖം പൂമുഖമായിടാം/മാനസം പൂവനമായിടാം.
>
> (ഭൂമുഖം പൂമുഖമാകുന്നതെപ്പോൾ?)

ഇത്തരമൊരു ലോകത്തിനായി കവികൾ പാടേണ്ടതുണ്ടെന്ന ഓർമ്മപ്പെടുത്തലാണ് അരുൺകുമാർ നല്കുന്നത്. എല്ലാ ഭേദചിന്തകളെയും മായ്ച്ചുകളയുന്നതാണ് 'മാനവികത.' അതുകൊണ്ടുതന്നെ അരുൺകുമാർ പാടുന്നത് 'അയൽക്കാരനു'വേണ്ടിയാണ്. ഒരു ആൽമരം പോലെ പടർന്നുപന്തലിച്ച് മറ്റുള്ളവർക്കെല്ലാം തണലായ് മാറേണ്ടവനാണ് മനുഷ്യൻ. ഏതു ദുരിതക്കയത്തിലായിരിക്കുമ്പോഴും സ്നേഹംകൊണ്ട് അതിനെയെല്ലാം അതിജീവിക്കാം. *സ്നേഹം നരകത്തിൻ ദ്വീപിൽ സ്വർഗ്ഗഗേഹം പണിയും പടുത്വം* എന്ന ആശാന്റെ ചിന്തയോടൊപ്പമാണ് കവി. *സഹജമായ നന്മ നമ്മളിലൊക്കെ നാളമായ് ജ്വലിക്കണ*മെന്ന ആഗ്രഹം തന്നെ ഈ കാലഘട്ടത്തിലെ പ്രതിസന്ധികൾക്ക് കവി കണ്ടെത്തുന്ന ഉത്തരമാണ്. *അന്യജീവനുതകി സ്വജീവിതം ധന്യമാക്കുന്ന*തിനെപ്പറ്റി ആശാൻ ആവർത്തിച്ചു പറഞ്ഞിട്ടുണ്ട്. അതാണ് അരുണും തെരഞ്ഞെടുത്ത വഴി. സങ്കുചിതമനസ്കരായി മാറിക്കൊണ്ടിരിക്കുന്ന മനുഷ്യരെ സ്നേഹത്തിന്റെ മഹാകാശത്തിനു കീഴിൽ ജീവിക്കാൻ വിളിക്കുകയാണു കവി. ഏതു നരകത്തിന്റെ ദ്വീപിലും സ്വർഗ്ഗത്തിന്റെ വീടുപണിയാൻ കഴിയുന്നത് സ്നേഹം ഒന്നുകൊണ്ടുമാത്രമാണെന്ന് ആശാൻ ഓർമ്മപ്പെടുത്തുന്നുണ്ടല്ലോ. ആത്മദുഃഖങ്ങൾ പാടി സമയം പാഴാക്കാതെ കണ്ണുതുറന്ന് സമൂഹത്തെ കാണാനും, ഇളകിമറിയുന്ന സാമൂഹ്യചലനങ്ങളെ ഉൾക്കൊള്ളാനും അത് ആവിഷ്കരിക്കാനും പുതിയ കവിക്കു കഴിയണമെന്ന ഓർമ്മപ്പെടുത്തൽ 'അയൽക്കാരൻ' എന്ന കവിതയിലുണ്ട്.

കവിത മനുഷ്യബന്ധങ്ങളെ ഒന്നിച്ചുചേർക്കുന്ന ഒരു നെയ്ത്തു

വേലയാണ്. ഇ എം എസ് മരിച്ചപ്പോൾ പ്രൊഫ. എം എൻ വിജയൻ പറഞ്ഞത് നെയ്ത്തുകാരൻ തറിവിട്ട് ഇറങ്ങിപ്പോയി എന്നാണ്. സമൂഹത്തെ നെയ്തെടുക്കുക ചെറിയ കാര്യമല്ല. അതിലെ ഊടുംപാവും പ്രധാനമാണ്. നമ്മുടെയൊക്കെ ജീവിതം സഫലമാവുക ഈ നെയ്ത്തിൽ പങ്കെടുക്കുമ്പോഴാണ്.

വർഗ്ഗീയതയും വിഭാഗീയതയുമൊക്കെ രാഷ്ട്രീയ- രാഷ്ട്രരൂപങ്ങളായിത്തീരുന്ന ഈ കാലഘട്ടത്തിൽ മനുഷ്യസ്നേഹമെന്നത് രാജ്യദ്രോഹമായി ചിത്രീകരിക്കപ്പെടുന്ന ദുരവസ്ഥയാണുള്ളതെന്ന് നമുക്കറിയാം.

സ്നേഹം മനസ്സിൻ മതമാക്കി മാറ്റുന്ന
മർത്ത്യന്നു വേണ്ടി /ഒരു കവിത വേണം (ഒരു കവിത വേണം)

നോവുമാത്മാവിനെ സ്നേഹിച്ചിടാത്ത ഒരു തത്ത്വശാസ്ത്രത്തെയും ഞാൻ സ്നേഹിക്കയില്ലെന്നു പറഞ്ഞ വയലാറിന്റെയും *സ്നേഹത്തിനു വേണ്ടി നൂറാവർത്തി ചത്തീടുവിൻ* എന്നു പറഞ്ഞ ആശാന്റെയും കാവ്യപാരമ്പര്യത്തിന്റെ പിന്മുറക്കാരനായിട്ടാണ് അരുൺ നില്ക്കുന്നത്. ഒ എൻ വിയെപ്പോലെ സൂര്യനെയും ഭൂമിയേയുമെല്ലാം കവിതയിലേക്ക് ആവാഹിക്കാൻ ഈ കവിയും ആഗ്രഹിക്കുന്നു. കേരളം പോരാടി നേടിയ മതേതരത്വത്തിന്റെ അടിത്തറ പണിതുയർത്തിയത് പുരോഗമന രാഷ്ട്രീയവും കലയും സാഹിത്യവും ഒത്തുചേർന്നാണെന്ന തിരിച്ചറിവ് പുതിയ തലമുറയിലേക്ക് പകർന്നുകൊടുക്കേണ്ടതുണ്ട്.

ഒരു കവിത വേണം
ഒരു കവിത വേണം
ഈ ഭൂമിക്കു വേണ്ടി, സൂര്യനു വേണ്ടി!
സകലചരാചരജീവനു വേണ്ടി!! (ഒരു കവിത വേണം)

സൂര്യപ്രകാശമെന്ന ഒരേ പാത്രത്തിൽനിന്ന് ഉണ്ണുന്നവരാണ് ലോകരെല്ലാം എന്ന് ഒ എൻ വി ഓർമ്മിപ്പിക്കുന്നുണ്ടല്ലോ. അങ്ങനെയുള്ള മനുഷ്യർക്ക് ജാതിഭേദമോ മതഭേദമോ എന്തിനെന്ന് ഒരു കവിതയിലും അർദ്ധനഗ്നർക്കെന്തു വസ്ത്രഭേദം എന്ന് മറ്റൊരു കവിതയിലും അദ്ദേഹം ചോദിക്കുന്നുണ്ട്. വേഷവും ഭാഷയും ജാതിയും മതവുമെല്ലാം പ്രശ്നവല്ക്കരിച്ച് മനുഷ്യരെ തമ്മിലടിപ്പിക്കുന്ന ഇക്കാലത്ത് വയലാറും ഒ എൻ വിയുമെല്ലാം തുറന്നുതന്ന കാവ്യവഴിയായിരിക്കണം നമ്മുടേതുമെന്ന് ഉറച്ചു വിശ്വസിക്കുകയാണ് അരുൺ.

പരിസ്ഥിതിവിനാശത്തിനെതിരെയുള്ള പ്രതിഷേധം ഇക്കവിതകളിൽ അതിശക്തമാണ്. 'ഇതു ഖാണ്ഡവം' എന്ന കവിത പ്രകൃതിയുടെ മേൽ മനുഷ്യൻ നടത്തുന്ന അധിനിവേശത്തിനെതിരെയുള്ള മാനിഷാദയാണ്. പരിസ്ഥിതിയെ അഗ്നിക്കു ഭക്ഷണമാക്കുന്ന നയത്തെയും അതിന്

കൂട്ടുനില്ക്കുന്ന പ്രത്യശാസ്ത്രങ്ങളെയും കവി നിരസിക്കുന്നു. അധിനിവേശവാസനകൾക്കെതിരെ ആഴത്തിൽ കലഹിക്കുന്ന കവിത കൂടിയാണ് 'ഇതു ഖാണ്ഡവം.'

ഭൂമിതൻ പുത്രർ നാം; ഏവരുമൊന്നെന്ന
നാവേറു പാടട്ടെ പക്ഷിജാലങ്ങൾ!
പുതുകാവ്യനീതി പിറക്കട്ടെ മണ്ണിൽ
ദൈവനീതികൾ അറ്റുപോകട്ടെ!! (ഇതു ഖാണ്ഡവം)

ജീവിതത്തിന്റെ ഭൗതികസത്തയിലാണ് അരുൺകുമാറിന്റെ വിശ്വാസം. ആത്മീയതയുടെ കാപട്യങ്ങൾ സമൂഹത്തെ ദുർബ്ബലപ്പെടുത്തുകയേ ഉള്ളൂ. ജീവിതം ഒരു യാത്രയായി കാണുക.

യാത്രയിലെപ്പൊഴും ഭാരങ്ങളൊ-
ഴിവാക്കിവേണം നടക്കുവാൻ (യാത്ര)

വലിയൊരു ജീവിതച്ചിന്ത ഏറെ ലളിതമായി ഇവിടെ പറഞ്ഞിട്ടുണ്ട്.

മോക്ഷമെന്നതേ വ്യർത്ഥമെന്നോർക്കുക
മരണകാലമേ സത്യമെന്നറിയുക
.........................................................
നോക്കിനില്ക്കുക ആസ്വദിച്ചീടുക!
വാഴ്‌വിനന്ത്രയേ വാഗർത്ഥദീപ്തിയും!! (യാത്ര)

ഏകാകിയായ മനുഷ്യൻ എന്ന കാല്പനിക വിശ്വാസത്തിന് കവി അടിമപ്പെടുന്നില്ല. മനുഷ്യജീവിതമെന്നത് സാമൂഹ്യജീവിതമാണ് എന്ന തിരിച്ചറിവാണ് പ്രധാനം.

മനസ്സാണു ദൈവമെന്നറിയൂ; നിരന്തരം
അതിനെപ്പൊടിതട്ടി നീ മിനുക്കൂ
.........................................................
ഒറ്റയ്ക്കു നില്ക്കുവാനാകില്ല മണ്ണിതിൽ
ഒറ്റയാകുന്നതേ വ്യർത്ഥം
കൈകൾകോർത്തിങ്ങനെയൊന്നിച്ചു നില്ക്കുക
കൂട്ടം തിരിഞ്ഞങ്ങ് പോകാതിരിക്കുക (ഇതു തന്നെ ധർമ്മം)

ശ്രീനാരായണ ഗുരു ഉഴുതിട്ടതാണ് കേരളമണ്ണും മനസ്സും. ലോകത്തിനാകെ വഴിവെളിച്ചമായ ആ സംസ്കാരത്തിന്റെ വഴിയേ സഞ്ചരിക്കാൻ

അരുൺകുമാറും ആവശ്യപ്പെടുകയാണ്.

മനുഷ്യത്വമാണു മതം നമുക്ക്
മർത്ത്യതയെന്നതേ ജാതിയെന്നും
സ്നേഹിച്ചു മണ്ണിൽ ജീവിക്ക നമ്മൾ!
സ്നേഹമേ സത്യം നിതാന്തധർമ്മം!! (ഇതു തന്നെ ധർമ്മം)

ലൗജിഹാദും ദുരഭിമാനവധങ്ങളുംകൊണ്ട് സ്നേഹബന്ധങ്ങളെ വിചാരണചെയ്യുന്ന സമകാലിക ഇന്ത്യനവസ്ഥയിൽ സ്നേഹത്തിന്റെ തത്ത്വദർശനത്തെ ഉയർത്തിപ്പിടിക്കുകയാണ് കവി ചെയ്യുന്നത്.

അനീതിയോടു പ്രതികരിക്കാനും പ്രതിഷേധിക്കാനുമുള്ള വലിയൊരു മനസ്സാണ് അരുണിനുള്ളത്. സത്യാനന്തരകാലമെന്ന പേരിൽ സർവ്വനുണകളുടെയും പിറകേ പോകുന്നതിനെതിരെ ഈ കവി മുന്നറിയിപ്പു നല്കുന്നു. 'സത്യാനന്തരം' എന്ന കവിത ഇന്നത്തെ ഇന്ത്യനവസ്ഥയെ ധ്വന്യാത്മകമായി അവതരിപ്പിക്കുന്നു. പശുവിനുവേണ്ടിയും പള്ളിക്കുവേണ്ടിയും മനുഷ്യക്കശാപ്പു നടത്തുന്നവരെ കരുതിയിരിക്കാൻ കവി ഓർമ്മിപ്പിക്കുന്നു. എല്ലാം മറ്റുള്ളവർക്കുവേണ്ടി ത്യജിക്കാൻ പഠിപ്പിച്ച ഈ നാട്ടിൽ ഇപ്പോൾ മുഴങ്ങുന്നത് എന്റേതെന്നും നിന്റേതെന്നുമുള്ള വെട്ടിപ്പിടുത്തങ്ങളുടെ പടഹധ്വനിയാണ്. ഇതിനെല്ലാമെതിരെ പൊരുതാൻ കഴിയുന്നവരായി നമ്മൾ മാറേണ്ടതുണ്ട്. ചരിത്രത്തിന്റെ കുറ്റപ്പെടുത്തലിൽനിന്നും രക്ഷവേണമെങ്കിൽ നമ്മൾ ജ്വലിച്ചുണരണമെന്ന് കവി ഓർമ്മപ്പെടുത്തുന്നു.

ധർമ്മം ധർമ്മക്കാരനായി മാറിയതിനെപ്പറ്റി വൈലോപ്പിള്ളി എഴുതിയിട്ടുണ്ടല്ലോ. ഇന്ന് ഇന്ത്യയുടെ അവസ്ഥ ഇതാണ്. പ്രണയങ്ങളെല്ലാം കടലെടുത്തു പോയിരിക്കുന്നു. രക്ഷകരൊക്കെയും കുരിശിലേറ്റപ്പെടുന്നു. ധർമ്മത്തെക്കുറിച്ച് ഇനി ആരാണു പാടുക? നമ്മുടെ നാടെത്തിച്ചേർന്നിരിക്കുന്ന ദുരവസ്ഥയെപ്പറ്റി പറയുന്ന അനേകം കവിതകൾ ഈ സമാഹാരത്തിലുണ്ട്. ഒരിക്കലും മർത്ത്യത വ്യർത്ഥമാകാൻ പാടില്ല. മനുഷ്യന്റെ അതിജീവനത്തിന് ഒറ്റവഴിയേ ഉള്ളൂ– പൊരുതുക.

അടരാടി നേടുന്നൊരടയാളമേ നിന്റെ
പേരാണ് ജീവിതം! സത്യം!! (മുക്തിയും മനുഷ്യനും)– ഈ വരികൾ അരുൺകുമാറിന്റെ കൊടിയടയാളമാണ്.

കവിതയുടെ മാനിഫെസ്റ്റോ തുറന്നു പ്രഖ്യാപിച്ച കവിയാണ് അരുൺകുമാർ. *കലിനളൻ* എന്ന ഗ്രന്ഥത്തിൽ അത് ചേർത്തിട്ടുമുണ്ട്. ആരാണ് കവി. എന്നതിൽ ഉറച്ച ബോദ്ധ്യം ഈ കവിക്കുണ്ട്. പ്രകൃതി, മനുഷ്യബന്ധങ്ങൾ, സാമൂഹികബോധം– എന്നിവയിലുറപ്പിച്ചു നിർത്തിയിരിക്കുകയാണ് അരുൺകുമാർ സ്വന്തം കവിതകളെ.

എഴുതിക്കൊണ്ടേയിരിക്കുക; വാഴ്‌വിന്റെ
പുസ്തകം വായിച്ചുകൊണ്ടേയിരിക്കുക (പ്രവേശിക)

എന്ന ഉപദേശമാണ് ഈ കവിക്കുള്ളത്. കാവ്യാത്മകമായ ശൈലിയാണ് അരുൺകുമാറിന്റേത്. ചിലപ്പോൾ ഛന്ദോബദ്ധം. മറ്റുചിലപ്പോൾ ഛന്ദോമുക്തം. അത് കവിതയെ കൂടുതൽ ശക്തവും പാരായണക്ഷമവുമാക്കുന്നു.

പ്രതികരണമാണ് കവിത എന്നുപറയാറുണ്ട്. ഈ സമാഹാരത്തിലെ ഒരോ കവിതയും ജീവിതത്തിന്റെ നേർക്കുള്ള വ്യത്യസ്ത പ്രതികരണങ്ങളാണ്. നിരന്തരം വികസ്വരമാകുന്ന ആകാശമാണ് കവിതയുടേതെന്ന് *കലിനളൻ* എന്ന കവിതാസമാഹാരത്തിൽ അരുൺകുമാർ പറയുന്നുണ്ട്. എഴുത്ത് തുടരുക. ഇതുപോലുള്ള കവിതാസമാഹാരങ്ങൾ ഇനിയും ഞങ്ങൾ പ്രതീക്ഷിക്കുന്നു.

# നിതാന്തജാഗ്രമായ കവിതകൾ

## ശ്രീകുമാർ മുഖത്തല

**ക**വിത ആത്യന്തികമായി ആത്മഭാഷണമാണ്. ഉച്ചത്തിൽ വിളിച്ചു പറയുന്നതായി നമുക്ക് തോന്നുന്നുണ്ടാകും. പക്ഷേ, ആദ്യം അത് തന്നോടുതന്നെ പറയലാണ്. അതുകൊണ്ടുതന്നെ കവിതയ്ക്ക് ധ്യാനാത്മകത കൂടും. മഹർഷി അരബിന്ദോ കവിത മന്ത്രതുല്യം എന്ന അർത്ഥത്തിൽ പറഞ്ഞതും അതുതന്നെ. പലേടത്തും പലരും, ഈ ഞാനും പലവട്ടം ആവർത്തിച്ചത് വീണ്ടും പറയട്ടെ– ജീവിതമാണ് അസംസ്കൃതവസ്തു. എല്ലാ കലകൾക്കും; വിശേഷിച്ചും കവിതയ്ക്ക്. ജീവിതം എന്ന വാക്കിന് ഒരാൾ ജനിച്ചുമൃതിയടയുന്നതു വരെയുള്ള കാലയളവ് എന്നല്ലേ സാധാരണ അർത്ഥം. ഇവിടെ അത് ഉപയോഗിച്ചിരിക്കുന്നത് അതിവിപുലമായ വിവക്ഷയിലാണ്. അതിൽ അണുമുതൽ അഖണ്ഡബ്രഹ്മം വരെ ഉൾപ്പെടും.

എല്ലാത്തിന്റെയും സ്ഥിതിയെയാണ് ജീവിതം എന്നു വിളിക്കാൻ ഞാൻ ഇഷ്ടപ്പെടുന്നത്. അതുകൊണ്ടുതന്നെ അതിനൊരു ജനനവും ആത്യന്തികനാശവുമുണ്ട്. എല്ലാം നമുക്കറിവില്ല എന്നു മാത്രം. അപ്പോൾ അന്വേഷണം തുടരും. ജനനം അറിവിൽപ്പെടുകയും, മരണം അജ്ഞാത സമസ്യയായി തുടരുകയും ചെയ്യുമ്പോൾ പ്രത്യേകിച്ചും. അതിനാൽ മരണത്തെ ജയിക്കാനുള്ള പലവിധ പരിശ്രമങ്ങളെ നമുക്ക് മനുഷ്യന്റെ ഭൗതികവും ആത്മീയവുമായ ജീവിതം എന്നു വിളിക്കാം. മനുഷ്യനല്ലാത്തവ കൂടി ഉൾപ്പെടുന്നതാണ് ഈ പെരുംകളി എന്നു ഞാൻ നടേ പറഞ്ഞത് അതുകൊണ്ടാണ്. അനീതിയോടുള്ള പൊറുക്കായ്ക, സ്നേഹം വിരിഞ്ഞു വരാൻ വേണ്ടിയുള്ള പൊരുന്നയിരിക്കൽ, അസമത്വം കാണുമ്പോഴുള്ള വേവുംചൂടും, അക്രമത്തിനു മുമ്പിൽ പലപ്പോഴും നിസ്സഹായതകലർന്ന അമർഷം– എല്ലാം പെരുംകളിയിൽ ഉൾപ്പെടും. ജയിക്കുമെ

ന്നുറപ്പില്ലാത്ത, അഥവാ നിരന്തരം തോറ്റുകൊണ്ടിരിക്കുന്ന പ്രവർത്തനത്തിൽ മനസ്സിൽ വാക്കുകളുടെ വിശിഷ്ടാന്വയം അനുഭവിക്കുന്നവർ അത് പ്രകാശിപ്പിക്കും. അതാണ് കവിത. അതിൽ സകലതും അടങ്ങും. എന്നാൽ സകലതും കുതറിമാറുകയും ചെയ്യും. എന്തൊരവ്യാഖ്യേയസങ്കീർണ്ണത! അരുൺകുമാർ അന്നൂരിന്റെ 'ചെറുമന്റെ പാട്ട്' എന്ന കൃതിയിലേക്കു കടക്കാനുള്ള പടിപ്പുര പണിയുകയായിരുന്നു ഞാൻ. ഇനി കവിതകളിലേക്കു കടക്കാം.

*പാരിലൊറ്റയ്ക്കു കണ്ണീർ കുടിച്ചു നാം/പാത താണ്ടുന്നു; യാത്രയേ ജീവിതം* എന്നു പറയുന്നുണ്ട് അരുൺ. മിക്കയിടത്തും നൃശംസതകൾക്കും കൊടുമകൾക്കുമെതിരെ തിളയ്ക്കുന്നുണ്ട് കവിമനസ്സ്. എന്നാൽ അന്തർദ്ധാരയായി തെല്ലൊരു വിഷാദം നിഴലിടുന്നുമുണ്ട്. നോവുതിന്നും വിശുദ്ധപുഷ്പങ്ങളെ/ നുള്ളിനോവിച്ചു പോവുന്നു കാറ്റും എന്നു മറ്റൊരിടത്തെഴുതിക്കാണാം. *ഭൂമുഖം പൂമുഖമാകണം* എന്നാണ് കവിയുടെ ആഗ്രഹം. അതേതു കവിയും ആഗ്രഹിക്കേണ്ടതാണ്. ഏതൊരാളും എന്നു തിരുത്താം. *മാനസം പൂവനമാകണം* എന്ന ഒരു പൂരിപ്പിക്കൽകൂടി അരുൺ നടത്തുന്നുണ്ട്.

ഒരു കവിത വേണം /ഒരു കവിത വേണം
ഈ ഭൂമിക്കു വേണ്ടി, സൂര്യനു വേണ്ടി!
സകലചരാചരജീവനു വേണ്ടി!! കൂടുതൽ വ്യക്തതയോടെ കവിധർമ്മം എന്ത് എന്ന് കവി രേഖപ്പെടുത്തുന്നു.

എല്ലാക്കാലത്തും കവികളെ സമകാലികജീവിതം ആവിഷ്കരിക്കുന്നതിന് ഉപാധിയായി നിന്ന് ഇതിഹാസങ്ങൾ സഹായിച്ചിട്ടുണ്ട്. ജീവിതസങ്കീർണ്ണതകളുടെ, ദാർശനികപ്രതിസന്ധികളുടെ, മനുഷ്യഭാവവൈവിദ്ധ്യത്തിന്റെയൊക്കെ വറ്റാത്ത കലവറകളായി അവ നിരന്തരം പ്രചോദിപ്പിച്ചുകൊണ്ടിരിക്കും. അരുൺകുമാറും തനിക്ക് പറയാനുള്ള കാര്യപ്പെട്ട ചിലതിന് ഇതിഹാസങ്ങളെ ഒപ്പം കൂട്ടുന്നുണ്ട്. അവയിലൂടെ തനിക്ക് ഉറക്കെപ്പറയാനുള്ള വാസ്തവങ്ങൾ ആവിഷ്കരിക്കുന്നു. ഒന്ന് 'ഗൂഢരാമായണ'വും, മറ്റൊന്ന് 'ഇതു ഖാണ്ഡവ'വും.

*രാമായണ*ത്തെക്കുറിച്ച് അന്യഥാപറയപ്പെട്ട ചിലതുതന്നെയാണ് അരുൺ പറയുന്നത്. മറ്റൊരു മാർഗ്ഗം സ്വീകരിച്ചാണ് പറയൽ. നാം വായിക്കുന്ന *രാമായണ*ത്തിൽ ഒളിപ്പിച്ചുവച്ചതെന്തോ ഉണ്ട് എന്ന സൂചന 'ഗൂഢരാമായണം' എന്ന ശീർഷകം പരസ്യമായി നല്കുന്നു. *മുണ്ഡിത ശിരസ്കനായ്/ കവി വന്നിരിക്കുന്നൂ/ ദണ്ഡകാരണ്യം കടന്നെത്തി-/യോൻ രത്നാകരൻ.* വാത്മീകിയുടെ ദൗത്യം എന്തായിരുന്നു എന്നു ചോദിച്ചാൽ കവി പറയും-

സീതയെ രാമായണ-/വ്യഥയെ നിരന്തരം
തീ തീറ്റികടന്നു പോം/ രാമന്റെ മര്യാദകൾ

രാവണോല്ലാസം കൊണ്ട/ വാക്കിന്റെ ദുർഗ്ഗങ്ങളെ
തകർത്തുതരിപ്പണ-/ മാക്കവേ കിതച്ചു നീ

മാത്രമല്ല രാവണപ്രതാപത്തെയും ലങ്കയുടെ ഐശ്വര്യത്തെയും രാവണന്റെ ഹിംസാത്മകപ്രവർത്തികളുടെ ബീഭത്സകുടീരമായി ചിലർ മാറ്റവേ ആദികവി വാത്മീകത്തിലായി എന്നുരച്ചാണ് ഈ കവിത അവസാനിക്കുന്നത്. ശില്പഭദ്രമാണ് കവിത. അതിന്റെ സൗന്ദര്യവും പരായണഭംഗിയും ഈ കവിതയ്ക്കുണ്ട്. 'ഇതു ഖാണ്ഡവം' എന്ന കവിത അതിന്റെ രാഷ്ട്രീയമാനങ്ങൾ കൊണ്ടു ശ്രദ്ധേയമാകുന്നു. കഥയിലെ ഖാണ്ഡവദാഹനം ദൈവികമായ നീതി നടപ്പാക്കലാണെങ്കിൽ അതിലട ങ്ങിയ മനുഷ്യത്വവിരുദ്ധമായ ഒരംശത്തെ അരുൺ വെളിച്ചത്തിലേക്ക് നീക്കിനിർത്തുന്നു. കവിതയുടെ വലിപ്പം കൂടുമ്പോൾ മുറുക്കം കുറയുന്നോ എന്ന് തോന്നാതെയുമിരുന്നില്ല.

നുണകളുടെ ലോകമാണമ്മേ നട്ടുച്ച-
വെയിലും നിലാവെന്നു തോന്നും

എന്നാരംഭിക്കുന്ന സത്യാനന്തരം എന്ന കവിത ശില്പഭംഗിയാൽ അനുഗ്രഹിക്കപ്പെട്ട കവിതയാണ്. സമകാലികമായ തിന്മകളെ തുറന്നു കാട്ടുന്ന വരികളാണ് അതിലുള്ളത്. രാഷ്ട്രീയം, സാമൂഹികവിമർശനം എല്ലാം അതിലടങ്ങുന്നു. *'ചിജ്ജഢചിന്തനം'*, *'മഹാപ്രഭു'* എന്ന രണ്ടു കവിതകൾ മരണത്തെക്കുറിച്ചുള്ള പരിചിന്തനങ്ങളാണ്.

മരണ വീട്ടിലിരിക്കുകയാണ് ഞാൻ
മരണമെന്നെ ഗ്രസിച്ചതുപോലെയും
പ്രാണനെന്നെ വെടിഞ്ഞതുപോലെയും

എന്നു തുടക്കം. പിന്നെ മരണവീടിനെയാധാരമാക്കി ചില ചിന്തകൾ. മരിച്ചതാരെന്നറിയാത്തതിന്റെ ആധിയുണ്ട് കവിതയിൽ. അതു മനുഷ്യന്റെ ആകെ സങ്കടമാണ്. അറിയുന്ന ആൾ മരിച്ചാലും അയാളിൽ നാമറിയാ ത്തൊരാൾ കുടിയിരിക്കുന്നതിന്റെ സന്ദിഗ്ദ്ധത. *പ്രണയപാശം വരിഞ്ഞ കൗമാരമോ/കുപിതശോകം വെടിഞ്ഞ വാർദ്ധക്യമോ എന്നും, പെരിയ പാപം പുണർന്ന സഞ്ചാരിയോ/ ചലനവേഗം മറന്ന വൈദേഹിയോ* എന്നും ആശങ്കപ്പെടുന്നുണ്ട് കവി. 'മഹാപ്രഭു' എന്ന കവിതയും സമാനമായ സന്ദേഹത്തെ/സന്ദിഗ്ദ്ധതയെ ഓർത്തു തപിക്കുന്നു.

ഈ സമാഹാരത്തിലെ ഏറ്റവും മികച്ച രണ്ടു കവിതകളെക്കുറിച്ചു പറഞ്ഞുകൊണ്ടു ആസ്വാദനം പൂർണ്ണമാക്കാം എന്നുകരുതുന്നു. ഒന്നു 'കവിതക്കായൽ,' മറ്റൊന്നു 'കുരീപ്പുഴാ...പ്രിയ കുരീപ്പുഴാ.' രണ്ടും രണ്ടു കവികളെയാണ് പിന്തുടരുന്നത്. 'കവിതക്കായൽ' എന്ന കവിത ഡി വിനയ

ചന്ദ്രന്റെ കാവ്യജീവിതത്തെ ആഴത്തിലിറങ്ങി സ്നേഹിക്കുന്ന ഒന്നാണ്. മാത്രമല്ല വിനയചന്ദ്രൻ സാറിന്റെ (ഞങ്ങൾ വലിയ സ്നേഹത്തിലായിരുന്നു) കാവ്യസരണിയുടെ സകലസൗഭഗങ്ങളും ഈ കവിതയിൽ അടങ്ങിയിട്ടുണ്ട്.

അസാമാന്യസൗന്ദര്യത്തോടെ ഒഴുകിത്തുളുമ്പിപ്പരക്കുന്ന കവിത. ഇതാവണം അരുൺകുമാറിന്റെ കവിതയുടെ മുഖമുദ്ര. അതറിയേണ്ടതും അരുൺ തന്നെ. 'കുരീപ്പുഴാ...പ്രിയ കുരീപ്പുഴാ' എന്ന കവിതയും ആ കവിയുടെ നിലപാടുകൾക്കുള്ള വാഴ്ത്തായി മാറിയിട്ടുണ്ട്.

നോവു വാറ്റിയെടുത്ത നിൻ വാക്കുകൾ
എത്ര നിസ്വർ തൻ ആത്മഗാനങ്ങളായ്
കനലുകോരിയെടുത്ത നിൻ കൈകളിൽ
എത്ര നക്ഷത്രമുല്ലകൾ പെയ്തുപോയ്

എന്നിങ്ങനെ ആ കവിത വികസിക്കുന്നു.

അരുൺകുമാർ അന്നൂരിന്റെയുള്ളിൽ കവിതകൾ സ്വാഭാവികമായ പ്രതികരണമെന്ന നിലയിൽ നിരന്തരം പിറക്കുന്നു. അവ മർത്ത്യജീവിതത്തോട് അത്യധികം ജാഗ്രത പുലർത്തുന്നു. കവിതയുടെ രചനയിലും അതേ ജാഗ്രത വേണ്ടിയിരിക്കുന്നു. അസ്തമിക്കാത്ത വെളിച്ചമായ കവിതയിൽ വ്യാപരിക്കുന്നവർ അത്യധികം സൂക്ഷ്മതയോടെ സമീപിക്കേണ്ടിയിരിക്കുന്നു കാവ്യതപസ്സിനെ. അരുൺകുമാർ അതിനു പ്രാപ്തനാണ്. ഇനിയുമിനിയും ആഴമേറിയ കവിതകളെഴുതാൻ അദ്ദേഹത്തിനു സാധിക്കട്ടെ. മലയാളത്തിന്റെ കാവ്യലോകം അരുൺകുമാർ അന്നൂരിനെ ഗൗരവത്തോടെ കാണുന്നു. അതു സഫലമാകട്ടെ.

www.ingramcontent.com/pod-product-compliance
Lightning Source LLC
LaVergne TN
LVHW060117051026
849517LV00007B/2331
* 9 7 8 9 3 9 4 7 5 3 9 2 1 *